అత్యుత్తమమైన కానుక

నవల

అత్యుత్తమమైన కానుక

నవల

జిమ్ స్టోవాల్

అనువాదం : ఆర్. శాంతసుందరి

మంజుల్ పబ్లిషింగ్ హౌస్

First published in India by

Manjul Publishing House

Corporate and Editorial Office

• 2nd Floor, Usha Preet Complex, 42 Malviya Nagar, Bhopal 462 003 - India

Sales and Marketing Office

• C-16, Sector 3, Noida, Uttar Pradesh 201301, India

Website: www.manjulindia.com

Distribution Centres

Ahmedabad, Bengaluru, Bhopal, Kolkata, Chennai,
Hyderabad, Mumbai, New Delhi, Pune

Telugu translation of *The Ultimate Gift* by *Jim Stovall*

Originally published in English under the title:
THE ULTIMATE GIFT by JIM STOVALL

This edition first published in 2013
Seventh impression 2023

ISBN 978-81-8322-333-1

Translation by R. Santha Sundari
Typesetting by Balaji Graphics

Printed and bound in India by Repro India Limited

"ఇంకొకరి అంతరాత్మ లోతుల్లోకి తొంగిచూసి విందాం,
కేవలం మన చెవులతోనే కాదు
మన హృదయాలతోనూ ఊహాశక్తితోనూ,
ఇంకా మన మౌనప్రేమతో కూడా."

. . . జోయ్ కనెలకోస్

విషయ సూచిక

ప్రారంభంలో

ప్రయాణం పెద్దది కావచ్చు, చిన్నదీ కావచ్చు,
కానీ ఒక వ్యక్తి ఆ క్షణంలో ఉన్న చోటినించే అది ప్రారంభమవాల్సి ఉంటుంది.

అధ్యాయం ఒకటి

అప్పుడు నేను భూమ్మీదికి వచ్చి ఎనభై ఏళ్లు నిండబోతున్నాయి. లాయరుగా యాభై మూడేళ్ల ప్రాక్టీసు ఉంది. ఆ సమయంలో నేనొక సుదీర్ఘమైన అద్భుతయాత్ర మొదలుపెట్టాను. అది నా జీవితాన్ని శాశ్వతంగా మార్చేసింది.

పై అంతస్తులో పెద్ద రాక్షసిలా ఉన్న నా బల్ల దగ్గర, ఆ భవనం ఒక మూలనున్న ఆఫీసులో కూర్చునున్నాను. మా ఆఫీసు బోస్టన్‌లోని ముఖ్యమైన ప్రాంతంలో ఉంది. చలువరాతితో చేసిన గది బైట, తాతలనాటి ఇత్తడి రేకుమీద హామిల్టన్, హామిల్టన్ అండ్ హామిల్టన్ అని రాసి ఉంటుంది. ఈ హామిల్టన్లలో నేను మొదటిపేరుగల వాణ్ణి - థియెడోర్ హామిల్టన్ అంటే ఇంకా సబబుగా ఉంటుందేమో! మా కంపెనీలో మిగతా ఇద్దరు హామిల్టన్లూ, నా కొడుకూ, మనవడూ.

బోస్టన్ మొత్తానికి మా కంపెనీకే ఎక్కువ పేరు ప్రతిష్ఠలు ఉన్నాయని నేననను. ఎందుకంటే అలా అన్నట్టయితే అది పూర్తి తెలివి అనిపించుకోదు. కానీ, ఇంకెవరైనా అలా అంటే, నేను అనవసరంగా కల్పించుకుని వాళ్లు చెప్పినది ఒప్పుకోనని మాత్రం అనను.

నా తాతలనాటి ఇంద్రభవనం లాంటి ఆఫీసులోని వాతావరణాన్ని నేను తాపీగా ఆస్వాదిస్తూ కూర్చున్నాను. లా చదివేప్పుడు అనుభవించిన పేదరికపు రోజులనించి ఎంత దూరం వచ్చానో కదా, అని అనుకోసాగాను. నా గదిలోని ఒక గోడకి నా ఫోటోలున్నాయి. అవి నా ప్రసిద్ధికి నిదర్శనాలు. కొందరు ప్రముఖులతో పాటు, అమెరికా అధ్యక్షులుగా గతంలో పని చేసిన ఐదుగురితో తీయించుకున్న ఫోటోలు కూడా ఆ గోడకు వేళ్లాడుతున్నాయి.

ఎన్నాళ్లుగానో చూస్తున్నవే అయినా, నేల నుంచి పైకప్పుదాకా ఉన్న షెల్ఫుల్లో తోలు అట్టలు వేసిన పుస్తకాలవైపూ, మందంగా ఉన్న ప్రాచ్యదేశపు తివాసీనీ, మంచి

గట్టి తోలుతో చేసిన ఫర్నిచర్‌నీ చూశాను. ఇవన్నీ నేను పుట్టక ముందువి. నేనలా నాకు బాగా పరిచయమున్న వాతావరణాన్ని అనుభవిస్తూ ఆనందిస్తూంటే నా బల్ల మీది ఫోన్ మోగి నా ధ్యాసని చెడగొట్టింది. అవతలినుంచి నాకు బాగా పరిచయమైన, నమ్మకస్తురాలైన మార్గరెట్ హేస్టింగ్స్ గొంతు వినబడింది. "సార్! నేనొక్కసారి మీ దగ్గరకి వచ్చి ఒక విషయం మాట్లాడచ్చా?" అని అడిగిందామె.

నలభై ఏళ్లుగా నా దగ్గర పనిచేస్తోందామె. ఆ గొంతు వినగానే, ఆమె చెప్పబోయే విషయం చాలా ముఖ్యమైనదనీ, ఏదో సమస్యకి సంబంధించినదనీ నాకు అర్థమైపోయింది.

వెంటనే, "ప్లీజ్, లోపలికి రండి," అన్నాను.

వెంటనే మార్గరెట్ నా గదిలోకొచ్చి తలుపు మూసింది. నా ఎదురుగా కుర్చీలో కూర్చుంది. తన నోట్స్‌ని కానీ, ఉత్తరాలని కానీ, ఎలాంటి పత్రాలని కానీ ఆమె తనవెంట తీసుకురాలేదు. పోయినసారి ఇలా ఖాళీ చేతులతో మార్గరెట్ నా 'గర్భగుడి' లోకి ఎప్పుడు వచ్చిందా అని గుర్తు చేసుకుంటూండగా, ఎటువంటి ఉపోద్ఘాతమూ లేకుండా, ఏమాత్రం ఆలస్యం చెయ్యకుండా, "మిస్టర్ హామిల్టన్, రెడ్ స్టీవెన్స్ పోయారు" అంది.

ఎనభై ఏళ్లు వచ్చాక, మీ స్నేహితులు కాని, కుటుంబ సభ్యుల్లో ఎవరో ఒకరు కానీ చనిపోయారన్న వార్త వినటం మీకు అలవాటయిపోతుంది. కానీ కొందర్ని కోల్పోయి నప్పుడు మాత్రం ఎక్కువ బాధ వేస్తుంది. ఈ వార్త నన్ను నిలువునా కుదిపేసింది. ఉప్పెనలా నన్ను చుట్టుకున్న భావాలూ, జ్ఞాపకాలూ ఒక పక్క కమ్మేస్తూ ఉంటే, రెడ్ నేను చేస్తానని ఎదురుచూసిన పని, అంటే నా లాయరు పని నేను చెయ్యటం, చెయ్యాలన్న విషయం గుర్తొచ్చింది.

నా లాయరు పాత్రలోకి మారిపోయి, "కుటుంబ సభ్యులందరికీ చెప్పాలి, ఇంకా అన్ని కార్పొరేట్ సంఘాలకీ, మనతో వ్యాపారం చేసేవాళ్లకీ తెలియజేయాలి. ఏ క్షణాన్నైనా మీడియా వాళ్లు దాడి చెయ్యచ్చు. వాళ్లని అదుపులో పెట్టాలి," అన్నాను మార్గరెట్‌తో.

మిస్ హేస్టింగ్స్ లేచి నిలబడి త్వరగా తలుపు దగ్గరికి నడిచింది. బైటికి వెళ్లేముందు వెనక్కి తిరిగి, "అవన్నీ నేను చూసుకుంటాను," అంది.

తరవాత కొంచెం ఇబ్బందిగా ఆగింది. ఆమె సంకోచంతో ఆగిన ఆ ఒక్క క్షణంలో, వృత్తి పరమైన సంబంధాన్ని దాటి మేమిద్దరం వ్యక్తిగతమైన విషయం మాట్లాడబోతున్నామని నేను గ్రహించాను. "మిస్టర్ హామిల్టన్, మీరు ఒక ఆత్మీయుణ్ణి పోగొట్టుకున్నందుకు ఐ ఆమ్ సారీ!" అంది.

ఆమె ఆ మాట అని తలుపు మూసేసి నన్నూ, నా ఆలోచనలనీ ఒంటరిగా వదిలేసి వెళ్లిపోయింది.

రెండు వారాలు గడిచాక, నేనూ, రెడ్ స్టీవెన్స్ బంధువులందరం పెద్ద కాన్ఫరెన్స్ బల్ల చుట్టూ చేరాం. అందరిలో ఏదో ఎదురు చూపు, అదీ దాదాపు లోభం స్థాయిలో, భౌతిక రూపం దాల్చినట్టు కనిపించింది.

తన బంధువర్గంలో ఎక్కువమంది పట్ల రెడ్‌కి ఎలాంటి భావం ఉండేదో తెలుసు కాబట్టి, వాళ్లు పడే మథనని ఎంతసేపు వీలైతే అంతసేపు పొడిగిస్తేనే రెడ్ ఆత్మ సంతోషిస్తుందని అనుకున్నాను. అందుకే, అందరికీ కాఫీ, టీ, లేదా సాఫ్ట్ డ్రింకులూ, వాటితో బాటు తనకి ఇంకా ఏమైనా తడితే అవీ ఇవ్వమని మార్గరెట్‌కి చెప్పాను. నా ముందున్న పెద్దకట్ట పత్రాలనన్నిటినీ మళ్లీ మళ్లీ చదివాను. ఆ తరవాత నా గొంతుని చాలాసార్లు సవరించుకున్నాను. ఆఖరికి మరీ హద్దు మీరుతున్నానని అనిపించి, లేచి నిలబడి అక్కడ చేరిన రకరకాల మనుషులని ఉద్దేశించి ఇలా అన్నాను, "లేడీస్ ఎండ్ జెంటిల్‌మెన్, మనమందరం హోవర్డ్ "రెడ్" స్టీవెన్స్ విల్లునీ, మరణశాసనాన్నీ చదివేందుకు ఇక్కడికొచ్చాం. ఇది మనందరికీ చాలా బాధాకరమైన సమయమని నాకు తెలుసు, ఈ ఉదయం చట్టానికీ, ఆర్థిక విషయాలకీ సంబంధించిన మన వ్యవహారాల మాట ఎలా ఉన్నప్పటికీ, మనం వ్యక్తిగతంగా పోగొట్టుకున్నది మనందరినీ ఎక్కువ బాధిస్తుందని కూడా నేను అర్థం చేసుకోగలను."

రెడ్ ఎక్కడున్నప్పటికీ, ఆయన నా వ్యంగ్యోక్తులకి ఆనందిస్తాడని నాకు తెలుసు.

"ముందుగా కొన్ని విషయాలు ప్రస్తావిస్తాను, రొడ్డకొట్టు విషయాలూ, న్యాయశాస్త్రానికి సంబంధించిన కేసు వివరాలు, చెప్పాక తిన్నగా అసలు విషయంలోకి వస్తాను. విజేత అనేమాట రెడ్ స్టీవెన్స్‌కి సరిగ్గా సరిపోయే పదం. ఆయనొక గొప్ప విజేత. రెడ్ లాగే ఆయన రాసిన వీలునామా కూడా చాలా సరళంగా, సూటిగా ఉంది.

"ఆయన డెబ్బై ఐదో ఏట, ఏడాది క్రితం, ఈ సవరణలతో కూడిన వీలునామాని ఆయనకోసం నేను తయారు చేసి ఇచ్చాను. మేము మునుపు మాట్లాడుకున్న మాటలవల్ల ఈ వీలునామాలో ఉన్నది ఆయన ఆఖరి కోరిక అని నాకు తెలుసు. ఆ వీలునామాని నేను మీ ముందు యథాతథంగా చదువుతాను, నేను చదివేప్పుడు ఇది పూర్తిగా చట్టబద్ధమైనదనీ, దీన్ని పాటించటం తప్పనిసరి అనీ మీకే అర్థం అవుతుంది. కొన్ని చోట్ల రెడ్ చెప్పిన వాక్యాలని యథాతథంగా రాయటం జరిగింది.

"నా పెద్ద కుమారుడు, జాక్ స్టీవెన్స్‌రి, నా మొదటి కంపెనీ, ప్యాన్ హ్యాండిల్ ఆయిల్ అండ్ గ్యాస్ ఇస్తున్నాను. ఈ విల్లు రాసే సమయానికి ప్యాన్‌హ్యాండిల్ విలువ దాదాపు 600 మిలియన్ల డాలర్లుంది."

బల్ల చుట్టూ ఉన్న వాళ్లు హఠాత్తుగా ఊపిరి లోపలికి పీల్చటం, ఒకే ఒక గొంతు సంతోషం పట్టలేక కీచుమని అరవటం వినిపించింది. వీలునామా పత్రాన్ని బల్ల అంచున పెట్టి చదవటానికి ఉపయోగించే కళ్లద్దాల పైనించి, కోర్టుగదిలో అందర్నీ

భయపెట్టే చూపుని అందరిమీదికీ విసిరాను. చాలాసేపు ఏమీ చెయ్యకుండా అలాగే ఉండి, వీలునామాని మళ్లీ చేతిలోకి తీసుకుని చదవటం కొనసాగించాను.

"ఆ కంపెనీ యాజమాన్యం పూర్తిగా జాక్ చేతుల్లోనే ఉన్నప్పటికీ, కంపెనీ నిర్వహణా, దాన్ని నడిపే బాధ్యతా ప్యాన్ హ్యాండిల్ బోర్డ్ ఆఫ్ డైరెక్టర్స్ చేతుల్లో ఉంటుంది. వాళ్లు ఎన్నో ఏళ్లుగా చాలా చక్కగా నాకు తమ సేవలని అందించారు. జాక్, నీకొక విషయం చెప్పాలి. నేను జీవించి ఉండగా నా కంపెనీలో నువ్వు ఎంతమాత్రం ఆసక్తి కనబరచలేదు కనక, నేను వెళ్లిపోయాక నీకు ఆసక్తి కలుగుతుందని నాకనిపించలేదు. ప్యాన్ హ్యాండిల్ లాంటి కంపెనీ మీద నీకు పెత్తనం ఇవ్వటం, మూడేళ్ల పిల్లవాడికి గుళ్లతో నిండిన తుపాకీ ఇవ్వటంలా ఉంటుంది. నీకు ఇంకో విషయం కూడా చెప్పాలను కుంటున్నాను, ఈ వీలునామాని తయారుచేసేప్పుడు మిస్టర్ హామిల్టన్‌కి కొన్ని సూచన లిచ్చాను. వాటి ప్రకారం, నువ్వు కంపెనీ మీద పెత్తనం కావాలని గొడవ చేసినా, బోర్డుచేసే పనులకి అడ్డు తగిలినా, చివరికి నేను నీకు రాసిన ఈ విల్లు గురించి ఫిర్యాదు చేసినా, ప్యాన్ హ్యాండిల్ ఆయిల్ అండ్ గ్యాస్ యాజమాన్యం పూర్తిగా, తక్షణం, దానంగా ఎవరికో ఇచ్చివెయ్యటం జరుగుతుంది."

నేను తలపైకెత్తి జాక్ స్టీవెన్స్‌కేసి చూశాను. ఒక మనిషి మనసులో ఎన్ని రకాల భావాలుండగలవో, అన్నీ అతని మొహంలో కనిపించాయి. జాక్ స్టీవెన్స్ ఒక జల్సారాయుడు. అతని వయసు యాభై ఏడేళ్లు, ఏనాడూ కష్టపడి జీతం తెచ్చుకునే పని చేసిన పాపాన పోలేదు. ప్యాన్ హ్యాండిల్ ఆయిల్ అండ్ గ్యాస్ కంపెనీ పెత్తనాన్ని అతని చేతుల్లో పెట్టకుండా తీసేసుకుని, వాళ్ల నాన్న అతనికి ఎంత పెద్ద ఉపకారం చేశాడో అతనికి కొంచెం కూడా తెలీదు. గొప్ప పేరు ప్రఖ్యాతులు గడించిన తన తండ్రి ఆశించి నంతగా తాను గొప్ప పనులేవ చెయ్యలేదనీ, మరో సారి ఆయన దృష్టిలో ఓడిపోయాననీ, జాక్ అనుకుంటున్నాడని నేను గ్రహించాను.

నిజానికి జాక్‌ని చూసి జాలిపడుతూ, "మిస్టర్ స్టీవెన్స్, ఈ విల్లులో రాసిన నియమం ప్రకారం, వరసగా ఒక్కొక్కరికీ విల్లులో ఇవ్వబడ్డ వివరాలని చదివాక, ఆ వ్యక్తులని ఈ గదిలోంచి బైటికి పంపెయ్యాలని రాసి ఉంది," అన్నాను.

అతను అయోమయంగా నావైపు చూస్తూ, "ఏమిటీ?" అన్నాడు.

అలాంటప్పుడు వెంటనే అప్రమత్తమయే మార్గరెట్ హేస్టింగ్స్ అతని చెయ్యి పుచ్చుకుని, "మిస్టర్ స్టీవెన్స్, రండి, నేను మీ వెంట బైటిదాకా వస్తాను," అంది.

అందరూ మళ్లీ కుర్చీల్లో కూర్చున్నాక, మళ్లీ విల్లులో ఏముందో తెలుసుకోవాలన్న కుతూహలంతో వాళ్లు రగిలిపోయే స్థితికి వచ్చాక, నేను మళ్లీ విల్లు చదవసాగాను.

"నా ఏకైక కుమార్తె, రూత్‌కి, టెక్సాస్‌లోని ఆస్టిన్‌లో ఉన్న ఇంటినీ, పశుపాలనా క్షేత్రాన్నీ (ర్యాంచ్), అక్కడ పశువుల వ్యవహారాలన్నీ నిర్వహించే పనినీ ఇస్తున్నాను."

రూత్ బల్లకి అటు చివరగా కూర్చుంది. ఆమె వెంట ఆమె భర్తా, సంతానం కూడా ఉన్నారు. ఆమె భర్త అదోరకం, అతన్ని నమ్మటానికి లేదు. అంత దూరంగా కూర్చున్నప్పటికీ, ఆమె చప్పట్లు కొడుతూ, ఆత్రంగా తన చేతుల్ని తెగ రుద్దుకుంటున్న చప్పుడు వినిపించింది. వాళ్లకి తమ గురించి తప్ప ఇంకేమీ పట్టలేదు. నిజానికి వాళ్ల ఆస్తి వ్యవహారాలన్నీ ఇంకెవరో చూసుకుంటారనీ, వాళ్లని ఆమడదూరంలో ఉంచి, తమకి తాముగాని, ఇతరులకి గాని హాని చెయ్యకుండా చూస్తారనీ వాళ్లకి అర్థం కావటం లేదంటే నేనది నమ్మలేకపోయాను. మిస్ హేస్టింగ్స్ వెంటనే వాళ్లని బైటికి పంపేసింది.

నేను గొంతు సవరించుకుని మళ్లీ చదవటం కొనసాగించాను. “అందరికన్నా చిన్నవాడైన నా కుమారుడూ, ఆఖరివాడూ బిల్‌కి, నా షేర్లూ, బాండ్‌లూ, పెట్టుబడుల వివరాలున్న పత్రాలఫైలు ఇస్తున్నాను. అయినా ఈ ఫైలు మిస్టర్ హామిల్టన్ దగ్గరుంటుంది. అతను తన కంపెనీ ద్వారా నీకూ నీ పిల్లలకీ ట్రస్టీగా ఉంటాడు. ఏదో ఒక రోజు నువ్వు పోయాక, నీ వీలునామా చదివేప్పుడు పిల్లలకి పంచేందుకు ఎంతో కొంత మిగిలి ఉండగలందులకే ఈ ఏర్పాటు చెయ్యటం జరిగింది.”

ఇలా గదిలో ఉండే మనుషులు ఒక్కరొక్కరే వెళ్లిపోతూంటే గది ఖాళీ అవసాగింది. ఎంతో ఆత్రంగా ఎదురుచూస్తున్న కాస్త దూరపు బంధువులకి కూడా వాళ్ల వంతు ఎంతో కొంత ముట్టింది. ఆఖరికి నేనూ, మిస్ హేస్టింగ్స్ కాక, ఒకే ఒక వ్యక్తి గదిలో మిగిలాడు.

బల్లకి అవతలివైపున్న జేసన్ స్టీవెన్స్ వైపు చూశాను. నా బాల్య స్నేహితుడు, జీవితాంతం నాకు స్నేహితుడిగా ఉండిన, రెడ్ స్టీవెన్స్ మనవడతను. అతన కోసంగా, సవాలు చేస్తున్నట్టు, ఏమాత్రం నా మీద గౌరవం లేనట్టు నాకేసి చూశాడు. జీవితాంతం స్వార్థంతో నిండిన కోపాన్ని అభ్యసించినవాడు మాత్రమే అలా చూడగలడు.

బల్లమీద చేత్తో బలంగా గుద్ది, నా మీద అరిచాడు, “ఆ ముసలాడు ఎంత నీచుడో నాకు తెలుసు, నాకు ఏమీ ఇవ్వడని ముందే అనుకున్నాను. నేనంటే ఆయనకి ఎప్పుడూ అయిష్టమే!” అని లేచి పెద్దపెద్ద అడుగులు వేస్తూ గదిలోంచి బైటికెళ్లబోయాడు.

“అంత తొందర పనికిరాదు. ఈ విల్లులో నీ పేరు కూడా ఉంది,” అన్నాను.

అతను మళ్లీ వచ్చి కుర్చీలో కూర్చుని నావైపు కళ్లార్పకుండా చూడటం మొదలుపెట్టాడు. తన మనసులోని ఆశాభావం బైటపెట్టకుండా, రాయిలా మొహం పెట్టుకుని ఉండిపోయాడు.

నేను కూడా అతనివైపు నిర్లక్ష్యంగా చూశాను. అతను మాట్లాడేవరకూ ఏమీ అనకూడదని నిశ్చయించుకున్నాను. ఎనభై పుట్టిన రోజులు జరుపుకున్న వాళ్లకి ఓర్పు చాలా సులభంగా కైవసమవుతుంది. చివరికి ఇక ఉండబట్టలేక “సరే, ఆ ముసలి నక్క నాకేమిచ్చాడు?” అని అడిగాడు.

నేను కూర్చుని వీలునామాని అందుకుంటూంటే జేసన్ స్టీవెన్స్, "నాకు ఏమీ ఇచ్చి ఉండదని పందెం కడతాను," అని గొణగటం వినిపించింది.

కుర్చీలో వెనక్కి వాలి, అతన్ని చూసి చిరునవ్వు నవ్వుతూ, "బాబూ! నిజమే, ఏమీకాదు కానీ ఎంతో ఎక్కువ - ఒకేసారి రెండూనూ," అన్నాను.

గతంలోంచి వినిపించే ఒక గొంతు

చివరికి
ఒక వ్యక్తికి గుర్తింపు దొరికేది
ఇతరులమీద అతని ప్రభావాన్ని బట్టే.

అధ్యాయం రెండు

జేసన్ స్టీవెన్స్, నేనూ మౌనంగా కూర్చున్నాం. మిస్ హేస్టింగ్స్ గదిలోంచి బైటికివెళ్లి వెంటనే పెద్ద అట్టపెట్టెతో వెనక్కి వచ్చింది. బల్ల చివర, నాకు దగ్గరగా ఆమె ఆ పెట్టెని పెట్టి, మామూలుగా ఎప్పుడూ తను కూర్చునే చోట, నా కుడివైపు, కూర్చుంది.

నేను జేసన్ వైపు తిరిగి, "బాబూ, ఈ పెట్టెని తను చివరిసారి వీలునామాని తయారుచేసిన రోజున, మీ తాత నాకిచ్చాడు. ఆరోజే దాన్ని సీలు చేసి, మిస్టర్ స్టీవెన్స్ ఆదేశం ప్రకారం ఈరోజు వరకూ మా లాకర్‌లో ఉంచాం. సీలు ఇంకా అలాగే ఉండటం నీకు కనిపిస్తూనే ఉంది. ఈ కానుకని నీకు నేను ఏ విధంగా అందించాలనే విషయాన్ని గురించి కొన్ని ప్రత్యేకమైన సూచనలు మీ తాత నాకిచ్చాడు," అన్నాను.

సీలు ఊడదీసి, పెట్టెలోపల చెయ్యిపెట్టి ఒక వీడియో టేప్‌ని బైటికి తీశాను. దాన్ని మిస్ హేస్టింగ్‌కి అందించాను. ఆమె దాన్ని కాన్ఫరెన్స్ గది మరో కొసన ఉన్న కేబినెట్‌లో ఉండే వీడియో ప్లేయర్‌లో పెట్టింది. తరవాత రిమోట్‌ని పట్టుకుని నా పక్కనే కూర్చుంది.

జేసన్ స్టీవెన్స్ ఇక ఓర్చుకోలేక, "ఏం జరుగుతోందిక్కడ? మిగతా వాళ్లందరూ లక్షల డాలర్లు తీసుకుని బైటికి నడిచారు, నాకు మాత్రం ఏదో హోమ్ టీవీ ఇస్తారా?" అన్నాడు.

అతని పొగరుబోతు ధోరణిని పట్టించుకోకుండా ఉండేందుకు ప్రయత్నిస్తూ, "ఇంకొంత సేపట్లో అంతా తేటతెల్లమైపోతుంది," అన్నాను.

నేను మిస్ హేస్టింగ్ వైపు తిరిగి తలాడించాను. ఆమె లైట్ల వెలుగుని తగ్గించి, వీడియోని ఆన్ చేసింది. కొంతసేపు ఏవో గీతలు వచ్చాక, డెబ్భై ఐదేళ్ల రెడ్ స్టీవెన్స్ తెరమీద కనిపించాడు. రెడ్ స్టీవెన్స్ అక్షరాలా 'పెద్ద' మనిషి. లూయిజియానాలోని చిత్తడి నేలల్ని వదిలి, ఒంటిమీది బట్టలు తప్ప ఇంకేమీ లేని స్థితిలో, ఆర్థిక మాంద్యం, యుద్ధం సృష్టించిన సంక్షోభం దెబ్బకి, టెక్సాస్‌కి వచ్చి పడ్డాడు. తరవాత చమురు, పశుసంపదని పెంచుకుంటూ, ఈ ప్రపంచంలో దేనికైనా దీటు కాగల పెద్ద సామ్రాజ్యాన్ని ఒంటిచేత్తో

నిర్మించిన మనిషతను. పరిస్థితి ఏదైనప్పటికీ దాన్ని తన అధీనంలో ఉంచుకునే తత్వం అతనిది. ఇప్పుడు కూడా గది ఒక కొసన ఉన్న ఆ పెద్ద టీవీ తెరమీద కనిపిస్తున్న అతని రూపం చూస్తే, గదిలో ఏదో శక్తి నిండుతోందని అనిపించింది నాకు.

రెడ్ స్టీవెన్స్ గొంతు సవరించుకుని మాట్లాడటం మొదలుపెట్టాడు, "జేసన్, నువ్వీ వీడియో టేప్ చూస్తున్నావు కాబట్టి, నేనీ లోకం వదిలి వెళ్లిపోయాననీ, నా పాప పుణ్యాల ఫలితాలని అనుభవించేందుకు పైలోకాలకి వెళ్లిపోయాననీ, నువ్వు అర్థం చేసుకునే ఉంటావు. నేను చెప్పిన ఆదేశాలని తు.చ. తప్పకుండా పాటించే ఉంటారనీ, అందుకే నా ప్రాణమిత్రుడు, చిన్ననాటి స్నేహితుడు, థియొడోర్ హామిల్టన్, ఆయన దగ్గర నమ్మకంగా పని చేసే మార్గరెట్ హేస్టింగ్స్ సమక్షంలో ఈ వీడియోని చూస్తున్నావనీ నాకు తెలుసు. నాయనా, నీకింకా అర్థం చేసుకునేంత జ్ఞానం లేదు, కానీ భగవంతుని హరితవనం లాంటి ఈ భూమిమీద నడిచే అతిమంచి వాళ్లలో వీళ్లిద్దరూ కూడా ఉన్నారు."

ఇక్కడ రెడ్ ఒక్క నిమిషం ఆగి, నాతోనూ, మార్గరెట్‌తోనూ సూటిగా మాట్లాడటం మొదలుపెట్టాడు. అతను మట్టుకే ఉపయోగించే పేరుతో నన్ను సంబోధిస్తూ ఇలా అన్నాడు.

"టెడ్, ఇంతకు ముందు నా మిత్రులూ, శత్రువులూ, పనికిమాలిన నా బంధువులూ, అందరితో వేగినందుకు, నీకూ, మార్గరెట్‌కీ ధన్యవాదాలు తెలియజేస్తున్నాను. వాళ్లెవరూ బహుమతులు గెలుచుకోరని నాకు తెలుసు. ఈ వ్యవహారంలో ఇంతవరకూ జేసన్ కనబరిచిన పొగరుబోతుతనానికి క్షమాపణలు చెప్పాలని కూడా అనుకుంటున్నాను."

రెడ్ మళ్లీ ఒక్క నిమిషం ఆగి, గొంతు సవరించుకుని, మళ్లీ మాట్లాడటం ప్రారంభించాడు, "జేసన్, నేను చాలా గొప్పగా జీవించాను. గొప్ప గొప్ప విజయాలు సాధించాను, అలాగే పెద్ద పెద్ద పొరపాట్లు కూడా చేశాను. నేను చేసిన అతిపెద్ద పొరపాటు ఏమిటో తెలుసా? మన కుటుంబంలోని ప్రతి వ్యక్తికీ, తను కావాలనుకున్నవన్నీ ఇవ్వటం. నేను వాళ్లతో గడపని కాలాన్ని, భౌతికమైన వస్తువులతో పూరిద్దామని అనుకున్నాను. అలా చెయ్యటం వల్ల, నా జీవితాన్ని అద్భుతంగా తీర్చిదిద్దినవన్నీ వాళ్లకి అందకుండా చేశాను.

"వాళ్ళు శాశ్వతంగా నాశనమయారని అనుకుంటే చాలా బాధగా ఉంది. ఒక గుర్రం పనికి రాకుండా పోవటం లాంటిదే ఇదీనీ. దాన్ని బైటికి తీసుకెళ్లి కాల్చి చంపెయ్యటం తప్ప మరో మార్గం లేదు. దురదృష్టవశాత్తూ, నా మొత్తం కుటుంబాన్ని తుపాకీతో కాల్చి చంపేస్తే జనం నన్ను ద్వేషిస్తారని నా లాయర్, హామిల్టన్, నాకు సలహా ఇచ్చాడు. అందుకే నా వీలునామాలో ఈ నా బంధువులందరికీ జీవనాధారం అందజేశాను. వాళ్లు జీవితాన్ని అనుభవించటం చేతకాని వారని తెలిసి కూడా నేనీ పని చెయ్యవలసి వచ్చింది.

"కానీ, జేసన్, మన కుటుంబంలో నువ్వొక్కడివే నా ఆశని రగిలించగల చివరి అవశేషంలా కనిపించావు. ఈరోజు వరకూ నువ్వు జీవితంలో నా లెక్కన ఏమైనా సాధించే

లక్షణాలు నాకైతే కనిపించలేదు, కానీ నీలో ఎక్కడో ఏదో నిప్పురవ్వ దాగి ఉందనీ, దాన్ని కనిపెట్టి, పట్టుకోగలిగితే పెద్ద జ్వాలగా రగల్చగలమనీ నా నమ్మకం. అందుకే నిన్ను వెంటనే కోటీశ్వరుడని చెయ్యదల్చుకోలేదు. జీవితాంతం సులభంగా సంపాదించిన డబ్బు నీకు మంచి చేస్తుందని అనుకోను."

జేసన్ అరచేత్తో కాన్ఫరెన్స్ బల్లమీద గట్టిగా గుద్దాడు. ఏదో మాట్లాడటం మొదలుపెట్టాడు, కానీ వీడియో టేప్‌లో రెడ్ స్టీవెన్స్ గొంతు అతనికి అడ్డొచ్చింది, "జేసన్, ఉండు! ఈ ఇద్దరు పెద్ద మనుషుల ఎదురుగా నువ్వు ఏదేదో వాగి, నిన్నూ, నన్నూ కూడా అవమానించే లోపల, ముఖ్యమైన అంశాలు వివరించనియ్యి.

"రాబోయే ఏడాది పాటు ప్రతినెలా ఒకటో తేదీన, నువ్వు మిస్టర్ హామిల్టన్‌నీ, మిస్ హేస్టింగ్స్‌నీ కలుసుకుంటావు. ఆ రోజున వాళ్లు నీకు ఒక కానుక ఇస్తారు. దాన్నే నేను అత్యుత్తమమైన కానుక అంటాను.

"వచ్చే ఏడాది వరకూ నువ్వు నే చెప్పింది చేసి, ప్రతి నెలా నేనందించేదాన్ని మనస్ఫూర్తిగా తీసుకుంటే, అప్పుడు నా వీలునామాలో నేను నీకు వదిలి వెళ్లిన, అన్నిటికన్నా మహత్తరమైన దాన్ని అందుకోగలుగుతావు. కానీ ఒక విషయం అర్థం చేసుకో, మధ్యలో ఎప్పుడైనా నువ్వు విల్లు ప్రకారం నడుచుకోకపోయినా, మిస్టర్ హామిల్టన్‌ని కాని, మిస్ హేస్టింగ్స్‌ని కానీ మరీ ఎక్కువ ఇబ్బంది పెట్టినా, విల్లులో నే చెయ్యమన్నట్టు చెయ్యటం వెంటనే ఆపెయ్యమనీ, నీకు ఏమీ ఇవ్వకుండా ఉత్తచేతులతో వెనక్కు పంపెయ్యమనీ మిస్టర్ హామిల్టన్‌ని ఆదేశించాను.

జేసన్ స్టీవెన్స్ కూర్చున్న వైపు నించి పెద్ద నిట్టూర్పు, పెద్దగా ఊపిరి వదిలిన చప్పుడూ వినవచ్చాయి.

రెడ్ మళ్లీ ఇలా అన్నాడు, "విను నాయనా, ఈ విషయం మర్చిపోకు. నీ తాహతుకి మించి నువ్వు గొడవచేసి ఇబ్బంది పెట్టావంటే – అదేమీ నీకు కష్టం కాదని తెలుసు – మిస్టర్ హామిల్టన్ నీతో ఒక్క మాట కూడా మాట్లాడకుండా నీతో సంబంధం తెంచేసుకుంటాడు.

"ఇక చివరిగా, నీకొకటి చెప్పాలి, థియొడోర్ జె. హామిల్టన్," రెడ్ కొంటెగా నవ్వి మళ్లీ ఇలా అన్నాడు, "నీ అసలు పేరు నాకు గుర్తు లేదనుకున్నావని నేను పందెం రాయగలను, టెడ్! జేసన్ కోసం నా తరపున, అతన్ని రక్షించే ఈ చిన్న కార్యక్రమాన్ని చేపట్టినందుకు నీకు ధన్యవాదాలు. ఏ మనిషికన్నా నీ లాంటి మంచి మిత్రుడు దొరకటం అదృష్టమే, అందుకు కూడా కృతజ్ఞతలు. నేను జీవితంలో చాలా వస్తువులు పోగుచేశాను, కానీ ఈ క్షణాన ఇక్కడ ఇలా కూర్చుని, థియొడోర్ జె. హామిల్టన్ నా ప్రాణస్నేహితుడని చెప్పుకునే అదృష్టం నాకు కలిగినందుకు, నా దగ్గర ఉన్నదంతా ఇచ్చేసేందుకు నేను సిద్ధమే."

ఆ తరవాత వీడియో అయిపోయింది, మేమందరం నిశ్శబ్దంగా కూర్చుని ఉండిపోయాం. ఆఖరికి జేసన్ నా వైపు తిరిగి, యుద్ధానికి సవాలు చేస్తున్నట్టు, "ఆ ముసలాడికి మతి సరిగ్గా లేదు!" అన్నాడు.

నేను నిట్టూర్చి, "అవును బాబూ, ఎవరో ఒకరి మతి సరిగ్గా లేదన్న మాట నిజమే. మతి లేనిది ఎవరికో తెలుసుకునేందుకు ఈ చిన్న ప్రణాళిక మనందరికీ మంచి అవకాశం కలగజేస్తుందని అనుకుంటున్నాను," అన్నాను.

నేను లేచి నిలబడి తలుపువైపు నడుస్తూ జేసన్‌కి చెయ్యి అందించాను చాచిన నా చేతిని పట్టించుకోకుండా, "ఒక్క నిమిషం ఉండండి. అసలు ఈ మొత్తం వ్యవహారం ఏమిటి? ఏం జరుగుతోందో, నా వాటాకి వచ్చేదేమిటో మీరు ఎందుకు చెప్పరు?" అన్నాడు.

"అంతా సమయం వచ్చినప్పుడు నీకే తెలుస్తుంది, బాబూ!" గదిలోంచి బైటికెళ్తూ, వెనక్కి చూసి అన్నాను.

హాలు దాటుతున్నప్పుడు జేసన్ కోపంగా అంటున్న మాటలు వినిపించాయి, "మిగతా అందరికి లాగే నాకు కూడా ఎంతో కొంత డబ్బు ఇచ్చి ఉండచ్చుగా?" అంటున్నాడు.

వెంటనే మిస్ హేస్టింగ్స్ శాంతంగా అన్న మాటలు కూడా వినిపించాయి, "ఎందుకంటే నువ్వంటే ఆయనకి విపరీతమైన ప్రేమ. అందుకే ఆ పని చెయ్యలేదు!"

పనిచెయ్యటం అనే కానుక

తను చేసే పనిని ఇష్టంగా చేసేవాడికి ఎప్పుడూ శ్రమ అనిపించదు.

అధ్యాయం మూడు

తరువాతి కొన్ని వారాలు నేను కొద్దిగా ఆత్రుత అనుభవించాను. మరుసటి నెల ఒకటో తేదీ ప్రారంభం కాగానే ఏదో బరువు దింపుకున్నట్టనిపించింది. ఆఫీసు గదిలో కూర్చుని ఇంకేవో పనుల మీద దృష్టి కేంద్రీకరిస్తూ ఇంక కాసేపట్లో జేసన్ వస్తాడన్న విషయం గురించి ఆలోచించకుండా ఉండేందుకు ప్రయత్నించసాగాను.

చివరికి నా ఫోన్ మోగింది. జేసన్ వచ్చాడనీ, కాన్ఫరెన్స్ గదిలో నాకోసం ఎదురుచూస్తున్నాడనీ మిస్ హేస్టింగ్స్ చెప్పింది. అవసరమైన ఫైళ్లన్నీ తీసుకున్నాను. మిస్ హేస్టింగ్స్ లాకర్‌లోంచి రెడ్ స్టీవెన్స్ పెట్టెని తీసుకుంది. మేమిద్దరం కాన్ఫరెన్స్ గదిలోకి వెళ్లేసరికి, జేసన్ కుర్చీలో వెనక్కి జారగిలబడి రెండు కాళ్లనీ కాన్ఫరెన్స్ బల్లమీదికి చాపి కూర్చుని కనిపించాడు. నేను బల్ల దగరికి నడిచి, మార్గరెట్ అందించిన పెట్టెని కాన్ఫరెన్స్ బల్లమీద పెట్టి, అది బల్ల మీదున్న జేసన్ కాళ్లకి తగిలి, అతను వాటిని కిందికి దింపే విధంగా, విసురుగా ఒక్క తోపు తోశాను.

"గుడ్ మార్నింగ్, జేసన్. నువ్వొక కుర్చీని వెతుక్కుని, హాయిగా అందులో జారగిలబడి కూర్చోవటం చూస్తే నాకు చాలా సంతోషంగా ఉంది. కొంతమందికి ఫర్నిచర్‌ని సరిగ్గా ఉపయోగించుకోవటం కూడా చేతకాదు," అన్నాను.

నేనన్న మాటకి జేసన్ విసుగ్గా చెయ్యి ఊపి, "మనం అసలు విషయానికొద్దామా? నాకింకా పనులున్నాయి, కొంతమందిని కలుసుకోవాలి," అన్నాడు.

నేను గట్టిగా నవ్వి, కూర్చుంటూ, "నీకు చాలా పనులుంటాయనీ, ఎవరెవర్నో కలుసుకోవాల్సి ఉంటుందనీ ఊహించాను లేవోయ్! కానీ నువ్వనుకున్నట్టే అన్నీ జరగవు కదా?" అన్నాను.

అట్టపెట్టెలోంచి ఇంకో వీడియో టేప్ తీసి మార్గరెట్‌కి అందించాను. ఆమె దాన్ని వీడియో ప్లేయర్‌లో పెట్టింది. కొద్ది క్షణాల్లో పెద్ద తెరమీద రెడ్ స్టీవెన్స్ కనిపించాడు.

"గుడ్ మార్నింగ్, టెడ్, నీకు కూడా మిస్ మార్గరెట్. ఈ చిన్న బాధ్యతని తీసుకుంటున్నందుకు మళ్లీ మీ ఇద్దరికీ కృతజ్ఞతలు. జేసన్, నీకు మళ్లీ ఒకసారి రూల్సు గురించి గుర్తు చెయ్యాలనుకుంటున్నాను. రాబోయే ఏడాదిలో మేం చెప్పినట్టు నువ్వు చెయ్యకపోయినా, నీ ధోరణీ, ప్రవర్తనా మిస్టర్ హామిల్టన్‌కి నచ్చకపోయినా, ఆయన చేస్తున్న ఈ పనిని వెంటనే ఆపేసి, నేనివ్వదల్చుకున్న అత్యుత్తమమైన కానుకని నీకు అందజేయడు.

"మిస్టర్ హామిల్టన్ గురించి నిన్ను హెచ్చరిస్తున్నాను, ఆయన చాలా ఓర్పు గలవాడిలా, ఎన్ని ఇబ్బందులనైనా భరించగలవాడిలా కనిపించవచ్చు, కానీ నువ్వు ఆయన ఓర్పుని పరీక్షించేట్టు ప్రవర్తిస్తే, కోపంతో గర్జించే పులిని బోనులోంచి బైటికి వదిలిపెట్టినట్టే అన్న విషయాన్ని గ్రహిస్తావు."

జేసన్ నిర్ఘాంతపోతూ నా వైపు చూశాడు. నేను కూడా అతని మొహంలోకి తదేకంగా చూశాను.

రెడ్ మాట్లాడటం ఆపి, గతం తాలూకు జ్ఞాపకాల్లోకి వెళ్లిపోయినట్టు కనిపించాడు. "జేసన్, నేను నీకన్నా చిన్నవాడిగా ఉన్నప్పుడు, రెండక్షరాలే ఉన్న చిన్న మాట, 'పని', ఎంత సంతృప్తినివ్వగలదో తెలుసుకున్నాను. నీకూ, మొత్తం నా కుటుంబానికీ నా సంపద, నిజాయితీగా ఏరోజుకారోజు పనిచేస్తే వచ్చే సంతృప్తినీ, మీకు దొరకవలసిన ఆ ప్రత్యేకమైన హక్కునీ అందనివ్వకుండా ద్రోహం చేసింది."

జేసన్ నిట్టూర్చి వ్యంగ్యంగా కళ్లు పెద్దవి చెయ్యటం కనిపించింది.

రెడ్ మాట్లాడటం కొనసాగించాడు, "ఇంక నువ్వు నేను చెప్పేది ఒప్పుకోకుండా పూర్తిగా ఎదురు తిరగాలనుకునే లోపల, పనిచెయ్యటమే నాకూ, నీకూ కూడా అన్నిటినీ సంపాదించి పెట్టిందన్న విషయం నువ్వు తెలుసుకోవాలన్నది నా కోరిక. నీ దగ్గర ఉన్నదంతా నువ్వు సంపాదించినదే అనే ఆనందం నీకు దక్కకుండా చేసినందుకు నేను చాలా బాధ పడుతున్నాను.

"లూయిజియానా చిత్తడి భూముల్లో నాకు జ్ఞాపకం ఉన్నదల్లా పని గురించే - కష్టపడి, ఒళ్లు హూనం చేసుకుని అలా పనిచెయ్యటం గురించి నేనెప్పుడూ చాలా అసహ్యించుకునేవాణ్ణి. నా తలిదండ్రుల దగ్గర డబ్బు ఎక్కువ ఉండేది కాదు కానీ వాళ్లు పోషించవలసిన వాళ్లు చాలామందే ఉండేవాళ్లు. అందరికీ తిండి కావాలి. అందుకే తినాలంటే మేం పని చెయ్యాల్సివచ్చేది. తరవాత, నా కాళ్లమీద నేను నిలబడటం మొదలుపెట్టాక, టెక్సాస్‌కి వచ్చాను. అప్పుడు కష్టపడి పనిచెయ్యటం అనేది నాకొక అలవాటుగా మారిందని తెలుసుకున్నాను. ఆ తరవాత జీవితాంతం అదే నాకు నిజమైన ఆనందాన్ని అందించిందని కూడా అర్థమైంది.

"జేసన్, ఈ ప్రపంచం నీకు అందివ్వగల అన్ని మంచి ఆనందాలూ నువ్వు

అనుభవించావు. నువ్వు అన్ని ప్రదేశాలూ తిరిగావు, చూడవలసినవన్నీ చూశావు, చెయ్యవలసినవన్నీ చేశావు. కానీ ఇవన్నీ నీ అంతట నువ్వు సంపాదించుకుంటే ఎంత ఆనందంగా ఉంటుందో మాత్రం నీకు తెలీలేదు. తీరిక దొరకటం అనేది పనిని తప్పించుకునే మార్గం కాకుండా, కష్టపడి పనిచేస్తే దొరికే కానుక అనేది నీకింకా అర్థం కాలేదు.

"రేప్పొద్దున్న, నువ్వు మిస్టర్ హామిల్టన్, మిస్ హేస్టింగ్స్ వెంట ఒక చిన్న ప్రయాణం చెయ్యబోతున్నావు. టెక్సాస్‌లో ఆల్పైన్ అనే చోట ఉన్న నా బాల్యస్నేహితుడిని అతని ర్యాంచ్ దగ్గర్ కలుసుకోబోతున్నావు. ఆర్థిక మాంద్యం ఉన్న రోజుల్లో నేను యౌవనంలో, ప్రాణాలతో ఉండేందుకు నానా అవస్థలూ పడుతున్నప్పుడు, గస్ కాడ్‌వెల్‌ని కలిశాను. అప్పుడే కష్టపడి పనిచెయ్యటంలోని గొప్పదనం మాకు అర్థమైంది. దీన్ని నీకు నేర్పేందుకు గస్‌ని మించిన వాళ్లెవరూ లేరు.

"ఈ పరిస్థితి గురించి పూర్తి వివరాలు ఒక ఉత్తరంలో రాసి, దాన్ని గస్ కాడ్‌వెల్‌కి పంపే ఏర్పాటు నేను ముందే చేసి ఉంచాను. మిస్టర్ హామిల్టన్ దాన్ని టెక్సాస్‌లోని ఆల్పైన్‌కి పంపాడు, గస్ కాడ్‌వెల్ నీకోసం ఎదురుచూస్తూ ఉంటాడు.

"దయచేసి ఒకటి మాత్రం గుర్తుంచుకో, నా విల్లులో రాసిన పనులన్నీ నువ్వు పూర్తి చెయ్యకుండా మధ్యలో మానేసినా, లేక మిస్టర్ హామిల్టన్‌కి నీ ధోరణి నచ్చకపోయినా, ఇదంతా వెంటనే ఆగిపోతుంది. నువ్వు అత్యున్నతమైన బహుమతిని వదులుకోవలసి వస్తుంది."

టీవీ తెర నల్లగా మారింది.

"ఇది చాలా అన్యాయం!" అన్నాడు జేసన్ నాతో కోపంగా.

నేను నవ్వి, "అవును, నీతో వ్యవహారం కొంచెం కష్టమే, కానీ మేం కొన్ని పనులు రెడ్ స్టీవెన్స్ లాంటి స్నేహితులకోసం చేస్తాం. రేపు ఉదయం 6:45 కి ఎయిర్‌పోర్ట్‌లో కలుద్దాం," అన్నాను.

మతిస్థిమితంలేని వాడితో మాట్లాడుతున్నట్టు జేసన్ నాతో, "ఆ తరవాత ఇంక ఫైల్లేవీ లేవా?" అన్నాడు.

నాకు విసుగు వస్తున్నా, శాంతంగా జవాబు చెప్పాను, "ఉన్నాయి, కానీ మిస్టర్ కాడ్‌వెల్‌కి సమయాన్ని వృథా చెయ్యటం నచ్చదు, నువ్వే చూస్తావుగా! రేపు కలుద్దాం!"

జేసన్ ఆఫీస్ గదిలోంచి వెళ్లిపోయాడు. మార్గరెట్ ప్రయాణ సన్నాహాల సంగతి చూడటంలో మునిగిపోయింది.

మర్నాడు ఉదయం, ఎయిర్‌లైన్ అటెండెంట్ తలుపు ముయ్యబోతుండగా, జేసన్

స్టీవెన్స్ నిద్రమత్తు ఇంకా వదలని కళ్లతో పరిగెత్తుకుంటూ వచ్చాడు. మార్గరెట్ అటెండెంట్‌కి మా ముగ్గురి టిక్కెట్లూ అందించింది. మేం విమానం ఎక్కాం.

ఫస్ట్ క్లాస్‌లో మాకిద్దరికీ ఇచ్చిన కుడివైపు మొదటి రెండు సీట్లలో మార్గరెట్, నేనూ కూర్చున్నాం. ఇక ఫస్ట్‌క్లాస్ కేబిన్‌లో ఖాళీ సీట్లేవీ లేకపోవటం వల్ల జేసన్ అయోమయంగా చూస్తూ నిలబడిపోయాడు.

నావైపు చూసి, "నా సీటేదీ?" అన్నాడు.

మార్గరెట్ ఈ ప్రశ్నకి జవాబిచ్చేందుకు వీలైనంత ధీమాగా "ఓ, మిస్టర్ స్టీవెన్స్, నీది 23 ఎఫ్ సీటు," అంది. స్టీవెన్స్ పరిస్థితిని చూసి ఆమె చాలా సంతోషంగా ఉందని నాకనిపించింది.

ఆమె జేసన్‌కి అతని సగం టికెట్టు ముక్కని అందించింది. అతను కోపంగా పెద్ద పెద్ద అడుగులు వేస్తూ సీట్ల మధ్యనించి వెళ్లాడు.

మిడ్లాండ్ – ఒడెస్సా ఎయిర్‌పోర్ట్‌లో దిగగానే మాకు గస్ కాల్డ్‌వెల్ కనిపించాడు. రెడ్ స్టీవెన్స్ స్నేహితుడిగా గస్ నాకు చాలా ఏళ్లుగా పరిచయం. మా ఇద్దరికీ లంకె మా చిరకాల స్నేహితుడే. గస్ ఆప్యాయంగా నాకు షేక్‌హ్యాండిచ్చాడు. కాయలు కాసిన అతని చేతి పట్టు ముప్ఫై ఐదేళ్ల యువకుడి పట్టులా బలంగా అనిపించింది. కానీ, నాకు తెలిసి అతనికి డెబ్భై ఐదేళ్లకి తక్కువుండవు. మార్గరెట్‌ని మర్యాదగా పలకరించాడు, కానీ జేసన్‌తో కరుగ్గా ప్రవర్తించాడు.

"రెడ్ స్టీవెన్స్ లాంటి వాళ్లని నేను చాలా తక్కువమందిని చూశాను. నువ్వు అంత పేరు సంపాదించుకోగలవని నాకు నమ్మకం కలగటం లేదు!" అన్నాడు స్టీవెన్స్‌తో.

ఇలా కటువుగా పలికిన మాటలకి స్టీవెన్స్ జవాబు చెప్పేలోపలే మళ్లీ గస్, "బాబూ, నువ్వు కాస్త వెళ్లి మీ సామాన్లు ఎక్కడున్నాయో చూడరాదూ! కాస్త పనికొచ్చే పని చెయ్యి!" అన్నాడు.

కొద్ది నిమిషాల్లో మేం ఎయిర్‌పోర్ట్ కింది అంతస్తులో ఉన్నాం. జేసన్ మా సామాన్లన్నిటినీ ఒకచోట చేర్చాడు. గస్ తన డీలక్స్ పికప్ ట్రక్కుని ద్వారం దగ్గరకి తీసుకురావటానికి పార్కింగ్ లోకెళ్లాడు. అలాంటి బళ్లు బోస్టన్‌లో కనిపించటం తక్కువే. మార్గరెట్, నేనూ ఎక్కేందుకు తలుపు తెరిచి "ఊఁ, కానీ! అలా నిలబడిపోకు. ఈ సామాన్లన్నీ ట్రక్కులో పెట్టు," అన్నాడు గస్ జేసన్‌తో.

జేసన్ సామాన్లన్నిటినీ ట్రక్కు వెనక భాగంలోకి ఎక్కించి, "మరి నేనెక్కడ కూర్చోవాలి?" అని అడిగాడు భయం భయంగా.

"వెనకాల కూర్చో, లేకపోతే నడిచిరా. ఎలాగైనా సరే, నాకేం పరవాలేదు," అన్నాడు గస్.

గస్ ట్రక్కులోకెక్కి దాన్ని స్టార్ట్ చేశాడు, జేసన్ వెనకభాగంలోకెక్కి కూర్చున్నాడు. నేను వెనక్కి తిరిగి చూశాను. అతను సామాన్ల మధ్య జారగిలబడి ఉన్నాడు. కుదుపుకి అటూ ఇటూ దొర్లుతున్నాడు, ఎందుకంటే గస్ స్పీడ్ లిమిట్స్‌ని నిర్లక్ష్యం చేస్తూ వేగంగా ట్రక్కుని ఎయిర్‌పోర్ట్ బైటికి నడిపాడు.

గస్ వెంట ట్రక్కులో కూర్చుని, అతని విశాలమైన ర్యాంచ్‌కి వెళ్తున్నప్పుడు, దారి పొడుగునా రెడ్ జ్ఞాపకాల గురించీ, జేసన్ స్టీవెన్స్‌ని అత్యుత్తమ వ్యక్తిగా తీర్చిదిద్దాలనుకున్న రెడ్ కోరిక గురించీ మాట్లాడుకుంటూ ఉండిపోయాం. రాబోయే నాలుగు వారాలూ గస్ పని చెయ్యటం గురించి నైతిక విలువలని స్టీవెన్స్‌కి అర్థమయేట్టు వివరిస్తాడనీ, మార్గరెట్, నేనూ మర్నాడే ఆస్టిన్‌కి బైలుదేరి వెళ్లి, అక్కడ ఇంకో క్లయింట్ తాలూకు చట్టానికి సంబంధించిన వ్యవహారాలు చూసేందుకు, కొన్ని వారాలు అక్కడే ఉండిపోడానికి నిర్ణయించాం.

ఎంతకీ ముగియని కంకర రోడ్డుని దాటి దూరం వరకూ సాగిన పొడుగాటి డ్రైవ్‌వేలోకి తిరిగాం. అక్కడ 'గస్ కాల్డ్‌వెల్స్ ర్యాంచ్' అనే బోర్డు కనిపించింది. దాని మీదే 'స్నేహితులకి స్వాగతం, అనుమతి లేకుండా ప్రవేశించిన వారిని కాల్చి చంపుతాం' అని కూడా రాసి ఉంది.

ఇంకో పది నిమిషాలు ప్రయాణం చేశాక ఒక పెద్ద ర్యాంచ్ బంగళాకి చేరుకున్నాం. గస్ కుటుంబ సభ్యులూ, అతని దగ్గర పని చేసేవాళ్లూ, బోలెడన్ని కుక్కలూ కనిపించాయి. మార్గరెట్‌నీ నన్నూ లోపలికి రమ్మని, వెనక్కి తిరిగి, "ఊరికే ఆ ట్రక్కులో కూర్చుండిపోక, సామాన్లు తీసుకురా!" అని జేసన్‌ని ఉద్దేశించి కేకపెట్టాడు.

మర్నాడు కాల్డ్‌వెల్ ర్యాంచ్‌లో పని త్వరగా మొదలవుతుందని గస్, మార్గరెట్‌కీ, నాకూ చెప్పాడు. జేసన్‌ని కష్టపడి పని నేర్చుకోనివ్వాలని గస్ నిశ్చయించాడు.

మర్నాడు ఉదయం, మార్గరెట్, నేనూ, మొత్తం కాల్డ్‌వెల్ కుటుంబం ఆరు గంటల లోపే, కొలెస్టరాల్‌ని విపరీతంగా పెంచే బ్రెక్‌ఫాస్ట్ తిన్నాం. రెండోసారి కాఫీని ఆస్వాదిస్తూ ఉండగా, "సరే, నేను వెళ్లి స్లీపింగ్ బ్యూటీని పిల్చుకొస్తాను. ఇవాళ బలే మజాగా ఉండబోతోంది. నిజమైన పాఠాలు నేర్చుకునే రోజు, అంటే ఏమిటో మీకు తెలుసనుకుంటా!" అన్నాడు గస్.

గస్ మెట్లెక్కి వెళ్లి జేసన్ తలుపు మీద బాదటం, తలుపు తెరిచే చప్పుడు వినిపించాయి. ఉరిమినట్టుగా, "బాబూ, బతికే ఉన్నావా? ఏమైంది? రోజంతా నిద్ర పోదామనా? లేచి బట్టలేసుకుని కిందికి రా!" అన్నాడు గస్.

చిక్కటి కాఫీ తాగుతూ సరదాగా కబుర్లు చెప్పుకుంటున్న మా దగ్గరికి గస్ వెనక్కి వచ్చాడు. కొన్ని నిమిషాలలో, నిద్ర కళ్లతో, జుట్టు చెదిరిపోయి, బట్టలు నలిగిపోయిన అవతారంతో జేసన్ కూడా వచ్చాడు. అతను వచ్చి బల్ల దగ్గర కూర్చున్నాడు. అతను

కూర్చోగానే గస్ లేచి, "చాలా రుచిగా ఉంది బ్రేక్‌ఫాస్ట్. ఇక పని ప్రారంభించే సమయం అయింది," అన్నాడు.

జేసన్ అతన్ని మింగేసేట్టు చూస్తూ పోట్లాటకి దిగుతున్నట్టు, "నేను కూడా బ్రేక్‌ఫాస్ట్ తినచ్చా, ప్లీజ్?" అన్నాడు.

గస్ నవ్వి, "యెస్ సార్. కాని యిప్పుడు కాదు. రేపు ఉదయం లేవగానే తిందురు గాని. గస్ కాల్డ్‌వెల్ ఇంటికొచ్చిన వాళ్లెవరూ ఆకలి తీర్చుకోకుండా వెళ్లరు. కానీ ఎవరైనా రోజంతా నిద్రపోవాలనుకుంటే ఇక నేను చెయ్యగలిగినదేమీ లేదు," అన్నాడు.

జేసన్ కిటికీ లోంచి బైటికి చూసి, "ఇంకా తెల్లవారనే లేదు," అన్నాడు. గస్ ముసిముసి నవ్వులు నవ్వుతూ, "అన్నీ బాగా గమనిస్తున్నావే". ఇంకా అన్నీ నేనే నేర్పాలేమో అనుకున్నాను. సరే ఇక లేచి స్టోర్ రూమ్‌లోకెళ్లి, పనిచేసేందుకు ఏవైనా బట్టలు దొరికితే మార్చుకునిరా. నా జీవితంలో ఇంతవరకూ నువ్వు వేసుకున్న బట్టల్లాంటి పనికిమాలినవి నేను చూడలేదు. ఇంకో ఐదు నిమిషాల్లో బైలుదేరబోతున్నాం," అన్నాడు.

మార్గరెట్, నేనూ ఆస్టిన్‌కి బైలుదేరే లోపల జేసన్ పని చెయ్యబోయే చోటికి మా ఇద్దర్నీ తీసుకెళ్లి చూపిస్తానని గస్ అన్నాడు. మేం ముగ్గురం ట్రక్కు ఎక్కాం. జేసన్ స్టోర్ రూమ్ లోంచి బైటపడి, వచ్చి బుద్ధిగా ట్రక్కు వెనకాల ఎక్కాడు. అతను కూర్చునే లోపలే, గస్ వేగంగా ట్రక్కుని నడుపుతూ గేటు బైటికి తీసుకెళ్లి, ఒక పెద్ద మైదానంలో విపరీతమైన కుదుపులతో దాన్ని ముందుకి పోనిచ్చాడు.

సరిగ్గా సూర్యోదయం అవుతున్నప్పుడు, ర్యాంచ్‌లో దూరంగా ఒక మూల ట్రక్కుని ఆపాడు. అక్కడ కంచె వేసేందుకు కర్రలు ఒక పెద్ద కుప్పగా పడేసి ఉన్నాయి. గస్ ట్రక్కులోంచి ఒక్క గెంతు గెంతి, "ఒరే అబ్బాయ్, కిందికి దిగుతావా? నీ అంత బద్ధకస్తుణ్ణి నేనెక్కడా చూడలేదు!" అన్నాడు.

గస్, జేసన్ వెంట మార్గరెట్, నేనూ కంచె చివర పాతిన కర్ర దాకా నడిచాం. ఆ కర్రలు కనుచూపు మేరదాకా పాతి ఉన్నాయి. "101వ కర్ర దగ్గరకి ఆహ్వానిస్తున్నాను," అన్నాడు గస్ గర్వంగా. అతను వెంటనే కర్ర పాతేందుకు గుంట ఎలా తవ్వాలో జేసన్‌కి చూపించాడు. కర్రని పాతటం, తీగని గట్టిగా లాగి కట్టటం, నేర్పాడు. డెబ్భై ఐదేళ్ల వయసులో కూడా గస్‌కి అంత బలం, నమ్మకం కాని ఓపికా ఉన్నాయి. కానీ అతను చేస్తూంటే ఆ పని చాలా తేలికగా ఉన్నట్టు అనిపించింది.

గస్, జేసన్ కేసి చూసి, "ఇప్పుడు నువ్వు ప్రయత్నించు," అన్నాడు. ఆ తరవాత గస్ ట్రక్కు దగ్గరున్న మా ఇద్దరి దగ్గరికీ వచ్చాడు.

జేసన్ కర్రలు పాతేందుకు ప్రయత్నిస్తూంటే నవ్వొచ్చింది. "నీకు ఆ పని చేసే వైనమైనా పట్టుబడుతుంది, లేదా ఆ పనిలో కొట్టుకు చస్తావు. ఏదో ఒకటి మాత్రం కచ్చితంగా జరుగుతుంది, మధ్యాన్నం భోజనానికి ఎవరైనా వచ్చి నిన్ను ఇంటికి

తీసుకొస్తారు," అని కేకపెట్టాడు.

జేసన్ గాభరాపడి, "ఈ కంచె ఇంకా ఎంత దూరం వెయ్యాలి?" అని అరిచాడు.

మార్గరెట్‌కీ, నాకూ ట్రక్కులోకి ఎక్కేందుకు సాయం చేస్తూ గస్ నవ్వుతూ, "మైలు కన్నా ఎక్కువ దూరం అక్కర్లేదు. ఆ తరవాత మనం వెనక్కి తిరిగి మరో వైపుకి వెళ్లాలి. ఏం పరవాలేదు. నీకు ఇచ్చేందుకు పనికి లోటేమీ లేదులే. టెక్సాస్ ఒక చివర్నించి మరో చివరికి తవ్వి పాతిన ఒక్కో కర్రకీ ఒక్కో డాలర్ నాకూ, రెడ్ స్టీవెన్స్‌కీ ఎవరైనా ఇచ్చి ఉంటే ఎంత బావుండేది!" అన్నాడు జేసన్‌తో.

జేసన్‌ని అక్కడే అవస్థ పడమని వదిలేసి, మేం వెళ్లిపోయాం.

దాదాపు నాలుగు వారాల తరవాత, మార్గరెట్, నేనూ టెక్సాస్ రాజధాని ఆస్టిన్‌లో పని విజయవంతంగా పూర్తి చేసుకుని వెనక్కి వచ్చేశాం. మళ్లీ గస్ ఎయిర్‌పోర్ట్‌కి వచ్చాడు. రెండు గంటలసేపు ప్రయాణం చేసి ర్యాంచ్‌కి ట్రక్కులో వెళ్లాం. "సరే కాని, జేసన్ ఎలా ఉన్నాడు?" అని అడక్కుండా ఉండలేకపోయాను.

గస్ నవ్వి, "అతను సరిగ్గా పని చేస్తాడని నేను అనుకోలేదు. ఎండకి ఒళ్లు పేలి, చేతులు బొబ్బలెక్కి, వడదెబ్బకి వాడిపోయి, అతని పని అయిపోయిందని అనుకున్నాను. కానీ అతన్ని చూసి మీరు ఆశ్చర్యపోతారు," అన్నాడు.

మేం ర్యాంచ్‌కి చేరుకున్నాక గస్ మమ్మల్ని తిన్నగా మొదటిరోజు జేసన్ పని చేసిన చోటికి తీసుకెళ్లాడు. కంచె మునుపు ఉన్న చోటికన్నా చాలా దూరం వరకూ వేసి ఉండటం చూశాను. జేసన్ మాత్రం ఎక్కడా కనిపించలేదు. గస్ ఇంకొంత దూరం ట్రక్కుని తీసుకెళ్లాడు, మేం ఒక ఎత్తైన ప్రదేశానికి చేరుకునే సరికి దూరంగా జేసన్ కనిపించాడు.

ఒక ఆశ్చర్యకరమైన మార్పు కనిపించింది. జేసన్ ఎండకి నల్లబడ్డాడు, శారీరక శ్రమ వల్ల సన్నబడ్డాడు, మేం చేరుకునే సరికి పూర్తిగా పనిలో మునిగిపోయి కనిపించాడు. మావైపు చెయ్యి ఊపి, మేం ట్రక్కు దిగుతూంటే మాకేసి నడిచాడు.

"జేసన్, ఆ గుంటలన్నీ నువ్వే తవ్వి, కర్రలన్నీ నువ్వే పాతావా?" అని అడిగాను.

జవాబు చెపుతున్నప్పుడు అతని కళ్లలో మెరుపు కనిపించింది, "అవును, సార్! ప్రతి కర్రనీ, పైగా చూడండి, ఎంత నిటారుగా ఉన్నాయో!" అన్నాడు.

జేసన్ భుజం చుట్టూ చెయ్యి వేసి, "బాబూ, నువ్వు ఈ పని చెయ్యగలవని నేను అనుకోలేదు, కానీ చాలా బాగా చేశావు, పనిమంతుడనిపించుకున్నావు. ఇలాంటి పని గర్వంగా, చక్కగా చెయ్యగలిగితే, ఇంకే పనైనా చెయ్యటం సాధ్యమేనని అరవై ఏళ్ల క్రితం మీ తాత రెడ్, నేనూ కనిపెట్టాం. నువ్వు నీ పాఠం నేర్చుకున్నట్టే, ఇక నిన్ను బోస్టన్‌కి పంపే సమయం వచ్చింది," అన్నాడు గస్.

జేసన్ చెప్పిన జవాబు విని నేను నిర్ఘాంతపోయాను, "ఈ పక్క ఇంకొన్ని మాత్రం మిగిలాయి. మనం రేపొద్దున్న వెళ్తే ఏం?" అన్నాడు.

మర్నాడు, బ్రేక్‌ఫాస్ట్ తిన్నాక, గస్ మమ్మల్ని ఎయిర్‌పోర్ట్‌లో దింపుతానని అన్నాడు. జేసన్ సామాన్లు మొయ్యటం బాధ్యతను తీసుకుని, మా బ్యాగులన్నిటినీ బైటికి తెచ్చాడు. కానీ ట్రక్‌కి బదులు గస్ కాడిలాక్ కారు తెచ్చాడు.

జేసన్ నవ్వి, "మీ ట్రక్కు ఏమైంది, మిస్టర్ కాల్డ్‌వెల్?" అని అడిగాడు.

గస్ కూడా నవ్వి, "నా దగ్గరున్న పని వాళ్లందరిలోకీ మంచి పనివాడు ట్రక్కు వెనకాల సామాన్ల మధ్యన దొర్లుతూ కూర్చోవటం నాకిష్టం లేదు. పద ఎయిర్‌పోర్టుకి వెళ్దాం," అన్నాడు.

మధ్య అమెరికా మీదుగా 30,000 అడుగుల ఎత్తున ఎగురుతూ, రెడ్ స్టీవెన్స్ గురించీ, పని ప్రాముఖ్యం గురించి అతను జేసన్‌కి నేర్పిన పాఠం గురించీ ఆలోచించకుండా ఉండలేకపోయాను. ఆ పాఠం నాకెంత ముఖ్యం అనిపించిందో జేసన్‌కి కూడా అంతే ముఖ్యం అనిపిస్తుందని ఆశించాను.

డబ్బు కానుకగా ఇవ్వటం

డబ్బు ఒక ఉపకరణం మాత్రమే.
అది మంచినీ, చెడునీ కూడా చెయ్యగల బలమైన శక్తి
లేక, ఏ పనీ చెయ్యకుండా నిష్క్రియంగా కూడా ఉండగలదు.

అధ్యాయం నాలుగు

ఒక్కోసారి జీవితంలో మనం వెళ్లేదారి మనని విజయం దాకా తీసుకువెళ్తుందని కచ్చితంగా చెప్పలేం. కానీ హఠాత్తుగా, ఎక్కడినించో మీకొక చిన్న సూచన దొరుకుతుంది. మీరు సరైన దారినే ముందుకి సాగుతున్నారని అది మీకు సూచిస్తుంది. జేసన్ స్టీవెన్స్ రెండో నెల మమ్మల్ని కలవటానికి వచ్చినప్పుడు సరిగ్గా అలాంటిదే జరిగింది.

కాన్ఫరెన్స్ గదిలో జేసన్, నేనూ ఎప్పుడూ మేం కూర్చునే చోటనే, టెక్సాస్‌లోని ఆల్పైన్‌లో అతని అనుభవాలని గురించి చర్చిస్తూ కూర్చున్నాం. మార్గరెట్ లాకర్‌లోంచి రెడ్ స్టీవెన్స్ పెట్టెని పట్టుకువచ్చింది. ఎటువంటి ఉపోద్ఘాతమూ, ముందు సూచనా లేకుండా జేసన్ కుర్చీలోంచి లేచి మార్గరెట్ చేతిలోంచి ఆ పెట్టెని అందుకుని బల్ల అంచుదాకా మోసుకెళ్లాడు.

చాలా మందికి ఇది ఒక పెద్ద విషయంగా కనిపించకపోవచ్చు, లేదా చాలా చిన్న విషయంలా అనిపించవచ్చు. కానీ జేసన్ పెంపకం ఎలాంటిదో, ఇలాంటి చిన్న చిన్న విషయాలని పట్టించుకోకుండా ఉండటం అతనికి ఎంత అలవాటో నాకు తెలుసు. ఇది ఎంత చిన్న విషయమైనా, దీన్ని ఒక సానుకలమైన ధోరణి అనే నేను అనుకున్నాను.

పెద్ద టీవీ తెరమీంచి రెడ్ స్టీవెన్స మాకేసి సూటిగా చూస్తున్నాడు. అతని మొహంలో చిన్న కొంటె నవ్వు కనిపించింది. గస్ కాల్డ్‌ఫీల్డ్ ర్యాంచ్‌లో జేసన్ పని చేసి గడించిన అనుభవాన్ని మనసులో తల్చుకునే అతనలా నవ్వుతున్నాడని నాకు అనిపించింది.

ఇంతలో అతని గొంతు ఖంగుమని పలికింది, "జేసన్, టెక్సాస్ అనే గార్డెన్ ఆఫ్ ఈడెన్ (నందనవనం) నుంచి వెనక్కి వచ్చినందుకు ఇదే నీకు నా స్వాగతం! ఇప్పుడు నేను నీతో మాట్లాడుతున్నాను, అంటే నువ్వు ఒక నెల రోజులు గస్ కాల్డ్‌వెల్‌తో ఉండి, బతికి బట్టకట్టి వచ్చావన్నమాటే. బొబ్బలెక్కిన చేతుల్ని నీళ్లలో ముంచి ఉంచితే ప్రయోజనం ఉంటుందన్నది నాకు చాలాసార్లు అనుభవంలోకి వచ్చింది."

జేసన్ ఒక చిన్న నవ్వు నవ్వటం నాకు వినిపించింది.

రెడ్ ఇంకా ఇలా అన్నాడు, "ఇవాళ మనం మాట్లాడబోయే విషయం, డబ్బు. ఈ ప్రపంచంలో అన్నిటికన్నా ఎక్కువ అపార్థానికి గురైనది ఈ డబ్బు అనే సరుకే. డబ్బుతో చేసే పనులు డబ్బు తప్ప మరే ఇతర వస్తువూ చెయ్యలేదు, కానీ ఇవి కాక మిగతా విషయాలన్నిటిలోనూ, ఈ లోకంలో, డబ్బు బొత్తిగా నిష్ప్రయోజనమే.

"ఉదాహరణకి, ఈ ప్రపంచంలోని డబ్బంతా నీదే ఐనా నీ జీవితాన్ని ఒక్కరోజు కూడా పొడిగించటం సాధ్యం కాదు. అందుకే ప్రస్తుతం నువ్వీ వీడియో టేప్ చూస్తున్నావు. డబ్బు నీకు సంతోషాన్ని ఇవ్వలేదన్న విషయాన్ని నువ్వు గ్రహించాలి. ఇక్కడ వెంటనే మరో విషయం కూడా చెప్పాలి, పేదరికం కూడా నీకు సంతోషాన్ని ఇవ్వలేదు. నేను ఐశ్వర్యాన్నీ, పేదరికాన్నీ కూడా చూశాను. మిగతా అన్ని విషయాలూ ఎలా ఉన్నప్పటికీ, డబ్బు ఉండటమే మేలు." అది విని మేమందరం నవ్వాం.

రెడ్ మొహం గంభీరంగా మారింది, "జేసన్, నీకు డబ్బు విలువ గురించి ఎంత మాత్రం అవగాహన లేదు. అది నీ తప్పు కాదు. ఆ తప్పు నాది. కానీ రాబోయే ముప్ఫై రోజుల్లో, వాస్తవ ప్రపంచంలో, నిజమైన మనుషుల జీవితాల్లో డబ్బుకి ఉన్న విలువేమిటో నువ్వు అర్థం చేసుకుంటావని ఆశిస్తున్నాను. డబ్బుని అపార్థం చేసుకోవటం వల్లే ప్రపంచంలో హింసా, ఆదుర్దా, విడాకులూ, అపనమ్మకం అనేవి ఎక్కువగా తలెత్తుతున్నాయి తప్ప, వేరే కారణమేదీ లేదు. ఈ విషయాలు నీకు కొత్త, ఎందుకంటే డబ్బు అనేది మనం పీల్చే గాలితో సమానమని ఎప్పుడూ నువ్వు అనుకునేవాడివి. కావల్సినంత ఉంది, మళ్ళీ ఒకసారి ఊపిరి పీల్చటమే అన్నది నీ ఆలోచన.

"నువ్వు ఎప్పుడూ డబ్బుని ప్రదర్శిస్తూ, ఎందుకూ కొరగాని విధంగా దాన్ని ఖర్చు చేశావు. ఆ సంగతి నాకు తెలుసు. దీనికి నేనే బాధ్యుణ్ణని ఒప్పుకుంటున్నాను. ఎందుకంటే పనికీ డబ్బుకీ ఉన్న అవినాభావ సంబంధం గురించి తెలుసుకునే అవకాశాన్ని నీకు నేను అందివ్వలేదు.

"పోయిన నెల ఎంతో చిన్న పనినైనా సరే, బాగా చేస్తే దొరికే సంతృప్తినీ, గర్వాన్నీ కొద్దిగా తెలుసుకునే అవకాశం నీకు దొరికింది. చాలా మంది విషయంలో శ్రమకి దొరికే ఫలితం డబ్బే కాబట్టి, నువ్వు దాన్ని అర్థం చేసుకోవటం మొదలుపెట్టాలని నా ఉద్దేశం.

"పోయిన నెల నువ్వు చేసిన పనికి నీకు గస్ కాల్డ్‌వెల్ డబ్బు ఇచ్చి ఉన్నట్టయితే నీకు దాదాపు 1500 డాలర్లు లభించి ఉంటాయి. అది నీ కళ్ళకి చాలా తుచ్ఛంగా కనబడుతుందని నాకు తెలుసు, కానీ ప్రస్తుతం అమలులో ఉన్నది అంతేనని నేను హామీ ఇవ్వగలను.

"ఇవాళ నువ్వు వెళ్ళేప్పుడు మిస్టర్ హామిల్టన్, పెట్టెలో ఉన్న ఒక కవరు ఇస్తాడు. అందులో 1500 డాలర్లుంటాయి. వచ్చే నెల నేను నీకు మరో పని అప్పచెపుతున్నాను.

ఆ డబ్బు పట్టుకెళ్లి, ఆ 1500 ల్లో కొంత భాగం అవసరాల్లో ఉన్న కొంతమందిని వెతికి, వాళ్లకి అందించాలి. డబ్బు లేకపోవటం అనేది వాళ్లకి ఎంత ఆదుర్దా కలిగిస్తోందో, రోజువారీ జీవితంలో వాళ్లమీద డబ్బు లేమి ఎలాంటి ప్రభావం చూపుతోందో, ఒకసారి నువ్వు డబ్బిచ్చాక, వాళ్లు తమ ప్రపంచంలో నిజంగా ముఖ్యమైన విషయాల మీద ఎలా ధ్యాస పెట్టగలరో నువ్వు గమనించాలన్నది నా కోరిక.

"నువ్వు స్నేహితులని చెప్పుకునే వాళ్లతో కలిసి 1500 డాలర్లు కొన్ని గంటల్లో ఖర్చు పెట్టేశావని నాకు తెలుసు. ఇక ఆ 1500 డాలర్లనీ సరైన చోట ఉపయోగిస్తే కలిగే ఫలితమేమిటో అర్థం చేసుకునే సమయం వచ్చింది.

"ఈ నెలాఖరులోగా నువ్వు ఐదు మంది గురించి మిస్టర్ హామిల్టన్‌కి రిపోర్టు చెయ్యాలి. వాళ్ల పరిస్థితి గురించీ, వాళ్లకి నువ్వు ఎలాంటి సహాయం చేశావన్న దాన్ని గురించీ వివరాలు అందజేయాలి. నువ్వు డబ్బుని కానుకగా ఇవ్వటం అనే పాఠం నేర్చుకున్నావని మిస్టర్ హామిల్టన్‌కి అనిపిస్తే, నేను వచ్చే నెల నీతో మాట్లాడతాను."

టీవీ తెరమీద రెడ్ రూపం మాయమైంది, కొన్ని క్షణాలు మేం మౌనంగా కూర్చున్నాం.

జేసన్ నావైపు తిరిగి, "నేనేం చెయ్యాలో నాకు సరిగ్గా అర్థమైందనుకోను. అలాంటివాళ్లు నాకెక్కడ దొరుకుతారు, ఇక ఎంత డబ్బు...."

నేను జేసన్‌కి అడ్డం వచ్చి, "నువ్వు కూడా నా లాగే అంతా విన్నావు. అంతకన్నా అదనంగా ఏమీ చెప్పే అధికారం నాకు లేదు. నేను నీకే సాయమూ చెయ్యలేను. మీ తాతగారు నీకు చెప్పదల్చుకున్న మిగతా పాఠాలన్నిటిలాగే, ఇది కూడా నీ అంతట నువ్వు నేర్చుకోవలసిందే. ఒకటి మాత్రం కచ్చితంగా చెప్పగలను, రెడ్ స్టీవెన్స్ అన్ని విషయాలూ చాలా జాగ్రత్తగా ఆలోచించే రకం, నువ్వు జీవితంలో విజయాన్ని సాధించేందుకు అవసరమైనవన్నీ నీకాయన ఇచ్చాడు," అన్నాను.

నేనా పెట్టెలోంచి రెడ్ చెప్పిన చిన్న కవర్ని బైటికి తీశాను. దాన్ని జేసన్‌కి ఇస్తూ, "నీ దగ్గర్నుంచి నెలాఖర్న గాని, నెల ముగిసే లోపున గాని సమాచారాన్ని ఎదురుచూస్తాం," అన్నాను.

జేసన్ అయోమయంగా చూస్తూ కూర్చీలోంచి నెమ్మదిగా లేచాడు. వెనక్కి తిరిగి నెమ్మదిగా తలుపు వైపు కదలాడు. మిస్ మార్గరెట్, నేనూ కొంతసేపు కాన్ఫరెన్స్ గదిలోనే ఉండిపోయాం. చివరికి ఆమె నిశ్శబ్దాన్ని ఛేదిస్తూ, "డబ్బుతో నిండి ఉన్న ఆ కవర్‌తో ఏం చెయ్యాలో అతనికి బొత్తిగా తెలిసినట్టు కనబడదు," అంది.

ఒక్క క్షణం ఆలోచించి, "మనకందరికీ డబ్బుని అర్థం చేసుకునేందుకు ఎన్నో ఏళ్లు పట్టింది. జేసన్ పాఠాలు నేర్చుకోవటం మానేసి చాలాకాలం అయింది. ఇంకా చాలా విషయాలు నేర్చుకోవాల్సి ఉందతను," అన్నాను.

నెల ముగిసిపోయేందుకు ఒక రోజుందనగా జేసన్ నించి కబురొచ్చింది. అతను ఎంత ప్రగతి సాధించాడో తెలుసుకోవాలని ఆదుర్దా పడుతున్నానన్న, సంగతి ఒప్పుకుంటున్నాను. మర్నాడు మమ్మల్ని కలుసుకునే ఏర్పాటు చేశాడు జేసన్. అనుకున్న సమయానికి, జేసన్‌ని మార్గరెట్ నా ఆఫీసు గదిలోకి వెంటబెట్టుకొచ్చింది. ఇద్దరూ నా బల్ల ముందున్న కుర్చీల్లో కూర్చున్నారు.

జేసన్ అయోమయంలో, కంగారుగా ఉన్నట్టు కనిపించాడు. నేను కొన్ని నిమిషాలాగి ఆలోచించాను, నాకే కనక ఎవరైనా నెల లోపల ఐదు మంది పేదవాళ్లని వెతికి, వాళ్లకి డబ్బివ్వమని బాధ్యత అప్పగిస్తే ఏం చేసేవాడిని అని ప్రశ్నించుకున్నాను. చివరికి, రెడ్ స్టీవెన్స్ లాయర్‌గా, అతని ఆస్తి వ్యవహారాలు చూసేవాడిగా నా కర్తవ్యం నేను నిర్వహిస్తే చాలని మనసుకి నచ్చజెప్పాను. జేసన్ అగ్రిమెంటులో రాసిన ప్రకారం నడుచుకోకపోతే, ఆ క్షణాన అతన్ని ఇక కొనసాగనివ్వకుండా ఆపెయ్యాలని నాకు తెలుసు. కానీ జేసన్‌ని అలాంటి స్థితిలో చూడటం నాకిష్టం లేకపోయింది. నాకు కూడా అది ఇబ్బందికరంగానే ఉంటుందనిపించింది.

చివరికి జేసన్ వైపు తిరిగి, “ఏమోయ్! నీ రిపోర్ట్ సిద్ధంగా ఉందా?” అన్నాను.

జేసన్ తల నిలువుగా ఆడించి, కోటు లోపలి జేబులోంచి నలిగిపోయిన ఒక కాయితాన్ని బైటికి తీశాడు. గొంతు సవరించుకుని నెమ్మదిగా మాట్లాడటం ప్రారంభించాడు, “ఇది ఎంత వరకూ సవ్యంగా ఉందో నాకు తెలీదు కానీ, నేను చేసినదేమిటో చెపుతాను,” అన్నాడు.

“మొదట, ఒకరోజు బాగా పొద్దుపోయాక నేను కారులో వెళ్తూ, పార్కింగుల్లో చందాలు అడగటం కోసం కొందరు కార్లు కడుగుతుండడాన్ని చూశాను. అప్పటికి బాగా చీకటి పడింది, ఆరోజుకి వాళ్లు పని ముగించారని నాకు అర్థమైంది. ఆ జట్టు వ్యవహారాలు చూసే అతన్ని వాళ్లు ఎవరనీ, వాళ్ల పని ఎలా సాగుతోందనీ అడిగాను. ఊళ్లోనే ఉండే బాయ్ స్కౌట్లమనీ, పైవారం స్కౌట్ల ఉత్సవంలో పాల్గొనేందుకు వెళ్లాలనీ, దానికి అవసరమైన ఖర్చుకోసం డబ్బు సంపాదించే ప్రయత్నం చేస్తున్నామనీ, చెప్పాడతను. ఇదే వాళ్ల ఆఖరి ప్రయత్నమనీ, ఇంత వరకూ నిరాశే మిగిలిందనీ, డబ్బు తక్కువ అవటం వల్ల ఒకరిద్దరు కుర్రాళ్లు వెళ్లలేరనీ, అతను వివరంగా చెప్పాడు. వాళ్లకి ఇంకా ఎంత డబ్బు అవసరమవుతుందని అడిగాను. దాదాపు 200 డార్లు తగ్గిందని అతను చాలా నిస్పృహగా చెప్పాడు. ఇంకో పది నిమిషాల్లో ఆ పార్కింగ్ స్థలం ఖాళీ చేసి వెళ్లిపోవాలని కూడా చెప్పాడు. నా కారుని అక్కడ ఉన్న పార్కింగ్‌లో నిలిపి, దాన్ని చక్కగా కడగమని ఆ కుర్రాళ్లకి చెప్పాను. పని పూర్తయాక ఒక కుర్రాడికి 200 డాలర్లు ఇచ్చేసి, కారు నడుపుకుంటూ అక్కణ్ణించి వెళ్లిపోయాను.”

నేను ఏమైనా అంటానేమోనని జేసన్ తలెత్తి నాకేసి చూశాడు. నేను ఇంకా చెప్పమన్నట్టు తలూపాను. అతనింకా తడబడుతున్నా, తన చేతిలోని కాయితాలని పరిశీలిస్తూ కాస్త వేగాన్ని అందుకుంటున్నాడనిపించింది.

“తరవాత నేను మాల్‌కి వెళ్లి అక్కడ పార్కింగ్ స్థలం కోసం వెతకటం మొదలుపెట్టాను. ఒక యువతి చిన్న శిశువుని ఎత్తుకుని ఉండటం చూశాను. ఆమె ఒక పాత కారు దగ్గర నిలబడి ఉంది. తన వెనకాల నిలిపిన టోచేసే ట్రక్కుని ఒక వ్యక్తి నడపటం చూసి ఆమె అరవసాగింది. వాళ్లిద్దరూ పెద్దగా వాదించుకుంటున్నారు, ఆ పార్కింగ్‌లో ఉన్న మంచి స్థలాల్లో వాళ్లిద్దరూ పార్క్ చేసి ఉండటం వల్ల, సంగతేమిటని అడిగాను. ట్రక్కు నడిపే అతను, తను ఫలానా పాత కార్లమ్మే కంపెనీలో పని చేస్తున్నాననీ, ఈమె రెండు నెలలుగా డబ్బు కట్టలేదనీ అన్నాడు. ఇలాంటి డొక్కు కారుకి నెలకి కట్టవలసింది 100 డాలర్లే అని చెప్పాడు. ఆమె ఏడుస్తూ తన పాపకి ఒంట్లో బాగాలేదనీ, కారు పోతే తన ఉద్యోగంకూడా ఊడుతుందనీ, ఆ తరవాత ఏం జరుగుతుందో ఊహించలేననీ అంది. ఆమె కారుకి చెల్లించవలసిన అప్పు ఎంత అని ఈ ట్రక్కు డ్రైవర్ని అడిగాను. 100 డాలర్ల చొప్పున నాలుగు విడతలు, అంటే 400 డాలర్లు కట్టాలన్నాడతను. అతనికి ఆ 400 డాలర్లూ ఇచ్చేసి, ‘పూర్తి ధర చెల్లించింది,’ అని రసీదు తీసుకుని ఆ యువతికి ఇచ్చాను. ఇదుగో ఆ రసీదు కాపీ.”

జేసన్ నలిగి, మాసిపోయి ఉన్న రసీదుని నాకు అందించాడు. ఆ తరవాత మళ్లీ చదవటం మొదలుపెట్టాడు. “మాల్‌లో ఉన్నప్పుడు, నాకిద్దరు భార్యాభర్తలు బొమ్మల దుకాణంలో కనిపించారు. ఇద్దరూ యౌవనంలో ఉన్నారు. వాళ్ల వెంట ఇద్దరు చిన్న పిల్లలు కూడా ఉన్నారు. ఇద్దరు పిల్లలూ వంతులేసుకుని బొమ్మలు కొనిపెట్టమని అడుగుతున్నారు. కానీ తలిదండ్రులిద్దరూ వాళ్లకి, ఈ ఏడాది వాళ్ల నాన్నకి ఉద్యోగం పోయింది కాబట్టి శాంటక్లాజ్ వాళ్లింటికి రాకపోవచ్చని చెపుతున్నారు. పిల్లలిద్దరూ దూరంగా ఉన్న గుడ్డతో చేసిన బొమ్మల షెల్ఫు దగ్గరకెళ్లి చూడటంలో మునిగిపోయారు. నేను వెంటనే వాళ్లమ్మకి 300 డాలర్లిచ్చి, ఈ ఏడాది శాంటా వాళ్ల ఇంటికి తప్పకుండా వచ్చేట్టు చూడమని చెప్పాను.

“నేను మాల్ లోంచి బైటికి వెళ్తూ, అక్కడ బెంచీ మీద ఒక ముసలావిడ కూర్చునుండటం చూశాను. నేను ఆమె పక్కనించి వెళ్తూంటే, ఆమె తన పర్సు కింద పడేసుకుంది. నేను దాన్ని తీసి ఆవిడకి ఇవ్వబోతున్నప్పుడు ఆవిడ ఏడుస్తోందని గమనించాను. ఆవిడకున్న సమస్య ఏమిటని అడిగాను. తన భర్త పేరు హెరాల్డ్ అనీ, వాళ్లిద్దరికీ పెళ్లై యాభై ఏడేళ్లయిందనీ, జీవితంలో మొట్టమొదటిసారి వాళ్లు డబ్బు ఇబ్బందుల్లో ఇరుక్కున్నారనీ చెప్పింది. తన భర్త గుండె జబ్బుకి వేసుకునే మాత్రల ఖర్చు నెలకి 60 డాలర్లనీ, మాల్‌లో ఉన్న మందుల దుకాణం వాడిని ప్రభుత్వం యిచ్చిన ఫుడ్ కూపన్లను తీసుకుని వాటికి బదులు మందులివ్వమంటే ఇవ్వనంటున్నాడనీ అంది. 200

డాలర్లు ఖర్చు చేసి హెరాల్డ్ కోసం మూడు నెలలకి సరిపడా మందులు కొనిచ్చి, మిగతా 20 డాలర్లతో ఆయనకి ఇష్టమైన రెస్టారెంట్‌లో భోంచెయ్యమని చెప్పాను.

జేసన్ మళ్లీ నా ప్రతిస్పందన కోసం నావైపు చూశాడు. నేను నవ్వి, "ఇంత వరకూ బాగానే ఉన్నట్టుంది, కానీ నిన్ను ఐదు మందిని కనుక్కోమని చెప్పినట్టున్నాం?" అన్నాను.

ఇంకా భయం భయంగా జేసన్ ఇలా అన్నాడు, "ఒకరోజు కారులో వెళ్తూ రోడ్డు వార ఒక కారు ఆగిపోయి ఉండటం చూశాను. అది పాడయింది. నేను కారుదిగి వెళ్లాను. ఆ కారు నడిపే యువకుడి పేరు బ్రయాన్. అతనికీ నా వయసే ఉంటుంది. మా ఇద్దరికీ కబుర్లు చెప్పుకునేందుకు బోలెడన్ని విషయాలున్నాయని తెలిసింది. కారుని లాక్కుపోయేందుకు ఒక ట్రక్కుకి ఫోన్ చేశాను. వాళ్లు దాన్ని గ్యారేజి దాకా లాక్కెళ్లారు. అక్కడ మెకానిక్, ఇంజన్ పూర్తిగా పాడైపోయిందనీ, కొత్తది మార్చాలనీ అన్నాడు.

"బ్రయాన్ హడిలిపోయాడు. అతనికి కారు చాలా అవసరం. స్కూలుకీ, ఆఫీసుకీ అతను కార్లోనే వెళ్తాడు. కొత్త ఇంజన్‌కి 700 డాలర్లు అవుతాయన్నాడు మెకానిక్. బ్రయాన్‌కి మూర్ఛ వచ్చినంత పనైంది, ఎందుకంటే అతని దగ్గర అసలు డబ్బులేదు. అందుకని కొత్త ఇంజన్ కొనుక్కునేందుకు నేనతనికి 700 డాలర్లు ఇచ్చాను."

ఎప్పుడూ తొణక్కుండా ఉండే మిస్ హేస్టింగ్స్‌కి కూడా భావోద్రేకం వల్ల గొంతు వణికింది. "సార్, మొత్తం కలిపితే 1800 డాలర్లయినట్టుంది. కానీ పత్రంలో ఉన్నది 1500 వందలే అనుకుంటా!" అంది.

తన కుర్చీలోంచి జేసన్ ముందుకి వంగాడు. అతని మొహంలో కంగారు కనిపించింది. "నా డబ్బులోంచి 300 డాలర్లు ఆ మొత్తానికి కలిపాను. పరవాలేదు కదా?" అన్నాడు.

నాకన్నా ముందుగా తనే మాట్లాడింది మిస్ హేస్టింగ్స్. "ఏం పరవాలేదు. మిస్టర్ హామిల్టన్ చాలా న్యాయమైన మనిషి, అర్థం చేసుకుంటాడు," అంది.

నావైపు కళ్లు పెద్దవి చేసి చూస్తూ, "నిజమే కదా, మిస్టర్ హామిల్టన్?" అంది.

జేసన్‌కీ, సులభంగా ఎవరికీ లొంగని మిస్ హేస్టింగ్స్‌కీ నేను నిజంగానే న్యాయంగా ఆలోచిస్తాననీ, అర్థం చేసుకుంటాననీ హామీ ఇచ్చాను. డబ్బు విలువ గురించి జేసన్ ఒక ముఖ్యమైన పాఠం నేర్చుకున్నాడనీ, దాన్ని ఎప్పటికీ అతను మర్చిపోడనీ ఆశిస్తున్నానని అన్నాను. నేను మర్చిపోనని నాకు తెలుసు.

స్నేహితులే కానుక

తన సంపదని బంగారంతో కాక
స్నేహితులతో కొలిచేవాడే
నిజమైన సంపన్నుడు.

అధ్యాయం ఐదు

మర్నాడు పొద్దున్న జేసన్ స్టీవెన్స్ వచ్చాడనీ, కాన్ఫరెన్స్ గదిలో మాకోసం ఎదురు చూస్తూ ఉండి ఉంటాడనీ మార్గరెట్ నాకు చెప్పింది. పని, డబ్బుకి సంబంధించిన రంగంలో విజయవంతంగా తన ప్రయాణాన్ని ముగించాక, అతని చిరచిరలాడే స్వభావం కాస్త మెరుగై ఉంటుందని నేను ఆశించాను. కానీ కాన్ఫరెన్స్ గదిలోకి ప్రవేశించగానే, నేను ఆశించినది జరగలేదని తెలుసుకున్నాను. నేనింకా కూర్చోకముందే అతను నామీదికి దాడి చేశాడు.

“చూడండి, ఇదంతా నేను చెయ్యటం అవసరమా? ఇది చాలా పిచ్చిగా ఉంది. మీ దగ్గర వీలునామా కాపీ ఉంది. నాకు చెందబోయే ఆస్తి ఏమిటో మీకు తెలిసే ఉండాలి. ఈ చెత్తంతా వదిలేసి, అసలు విషయమేమిటో చెప్పరాదూ?”

నేను జేసన్‌ని చూసి చిరునవ్వు నవ్వి, “గుడ్ మార్నింగ్, జేసన్. నిన్ను మళ్లీ కలుసుకోవటం ఆనందంగా ఉంది. మీ తాతగారు డబ్బు గురించి నీకు నేర్పిన పాఠం నేర్చుకున్నాక జరుగుతున్న ఈ మొత్తం కార్యక్రమం గురించి నీకు అవగాహన పెరుగుతుందని ఆశించాను.”

నేను నెమ్మదిగా లేచి నిలబడ్డాను – ఎనభై ఏళ్లు వచ్చాక అలా లేవటం మామూలే. జడ్జిగా పని చేసినప్పుడు నాకు ఉపకరించిన చూపుని ఇప్పుడు అతనికేసి చూసేందుకు వాడుకున్నాను. “చూడు బాబూ, నీకు రెండే రెండు మార్గాలున్నాయి. రెడ్ స్టీవెన్స్ నీకోసం తయారు చేసిన ఈ పద్ధతి ప్రకారం నడుచుకోవటం, లేదా ఇప్పుడే అన్నీ వదిలేసి వెళ్లిపోవటం. కానీ నీకొక విషయం చెప్పాలి, నీ ధోరణి చూస్తే, నీ తాతగారు నీకోసం సిద్ధం చేసి ఉంచిన అత్యుత్తమమైన కానుకని నువ్వు చేజార్చుకోబోతున్నట్టు నాకనిపిస్తోంది. అది చాలా ప్రమాదకరం.”

జేసన్ కుర్చీలో వెనక్కి జారగిలబడి నిట్టూర్చాడు. “సరే, కానివ్వండి. తరవాత ఏమిటి?”

మార్గరెట్ పెట్టె తీసుకొచ్చి నా పక్కనే బల్లమీద ఉంచింది. పెట్టెలో తరువాతి వీడియో టేప్‌ని బైటికి తీశాను. మార్గరెట్ ప్లేయర్‌లో టేప్‌ని ఉంచి, దాన్ని స్టార్ట్ చేసింది.

"జేసన్, నువ్వు మొదటిసారి మిస్టర్ హామిల్టన్‌ని కలుసుకున్నప్పుడు, అతను నా ప్రాణస్నేహితుడని నీకు చెప్పాను, విన్నావుగా? స్నేహితుడు అనే మాటని చాలామంది సరిగ్గా అర్థం చేసుకోకుండానే, ఇష్టం వచ్చినట్టు వాడేస్తూ ఉంటారు. ఈరోజుల్లో తమకి పరిచయమున్న ప్రతివాడినీ స్నేహితుడంటారు. నేను బతికినన్నాళ్లు నువ్వు బతికుండి, రెండు చేతుల్లోని వేళ్లమీదా లెక్క పెట్టేంతమంది నిజమైన స్నేహితులని సంపాదించుకో గలిగితే, నువ్వు అదృష్టవంతుడివే.

"ఇప్పుడు నేను నీకొక కథ చెప్పబోతున్నాను, జేసన్! నేను బతికున్నంత కాలం దాన్ని ఎవరికీ చెప్పనని మాటిచ్చాను. నేను చనిపోయాక నువ్వు దీన్ని చూస్తున్నావు కాబట్టీ, అదికూడా నేను మాటిచ్చిన వ్యక్తి సమక్షంలోనే అది జరుగుతోంది కాబట్టీ, దీన్ని చెప్పేందుకు నాకేమీ ఇబ్బంది అనిపించటంలేదు. నేను డెబ్భై ఐదేళ్లు నిండేదాకా జీవించాననీ, చాలా మంది అనుకున్నట్టు ఎంతోకాలం, ఆరోగ్యంగా బతికాననీ, నీకు తెలుసు. కానీ కచ్చితంగా అలాగే జరుగుతుందని నేననుకోలేదు.

"నాకు నలభైయేళ్లు నిండినప్పుడు విపరీతమైన జ్వరంతో ఆస్పత్రిలో చేరటం నాకు గుర్తుంది. డాక్టర్లకి నా జబ్బేమిటో అంతుపట్టలేదు. అందుకని దేశంలో ఉన్న వైద్య నిపుణులందర్నీ పిలిపించారు. చివరికి నాకు వచ్చిన వ్యాధి చాలా అరుదైన మూత్రపిండాల వ్యాధనీ, దానికి చికిత్స లేదనీ తేల్చారు. వాళ్లు నాకిచ్చిన ఒకే ఒక సలహా, కొత్త మూత్రపిండాన్ని మార్చుకోవాలని. 'కిడ్నీ ట్రాన్స్‌ప్లాంట్' అనే కొత్త వైద్యవిధానం అప్పుడప్పుడే అమలులోకి వచ్చింది.

"ఇలాంటిది అప్పట్లో ఎవరూ విని ఉండలేదని నువ్వు అర్థం చేసుకోవాలి. ఈరోజు లాగ మూత్రపిండాలని దానం చేసేవాళ్లు కూడా అప్పట్లో వెంటనే దొరికేవారు కాదు. నేను మిస్టర్ హామిల్టన్‌కి ఫోన్ చేశాను. అతనప్పుడు నాకు వకీలుగా ఉండేవాడు. నాకు మూత్రపిండాన్ని దానం చేసే వ్యక్తి కోసం మొత్తం దేశమంతా వెతకాలని అతనికి చెప్పాను. నేను హడిలిపోయాను, ఎందుకంటే కొత్త మూత్రపిండం దొరక్కపోతే నేను కొన్ని వారాల్లో చనిపోతానని నిపుణుడు చెప్పాడు. రెండు రోజులయాక మిస్టర్ హామిల్టన్ నాకు ఫోన్ చేసి మూత్రపిండం ఈస్ట్‌కోస్ట్ ప్రాంతంలో దొరికిందని చెప్పగానే నాకు ప్రాణం లేచి వచ్చింది. అదెంత గొప్ప వార్తో నువ్వు ఊహించగలవు.

"ఇక ఆపరేషన్ విజయవంతంగా ముగిసిందని నీకు చెప్పక్కర్లేదు. నాకు అది మరో సగం జీవితాన్ని అందించింది. ఇక నువ్వు ఊహించలేనిదీ, ఎవరికీ ఇప్పటివరకూ తెలియనిదీ ఒకటుందని మాత్రం కచ్చితంగా నేను చెప్పగలను. మిస్టర్ హామిల్టన్‌కి దొరికిన మూత్రపిండం, అతనిదే!"

వీడియోలో రెడ్ నీళ్లు తాగేందుకు కొంచెం ఆగాడు. జేసన్ నావైపు నమ్మలేనట్టు చూశాడు. మళ్లీ వీడియో తెరమీద రెడ్ మాట్లాడసాగాడు, "ఇలాంటి ప్రవర్తనని వివరించేందుకు ఈ ప్రపంచంలో ఒకే ఒక మార్గం ఉంది, దాని పేరే స్నేహం. ఇక నీకు చాలా మంది స్నేహితులున్నారని అనుకుంటున్నావని నాకు తెలుసు. కాని నిజం ఏమిటంటే, చాలామందికి నీ డబ్బు, అది కొనగల వస్తువులూ మాత్రమే కావాలి. నువ్వు గస్ కాల్డ్‌వెల్‌తో గడిపిన సమయాన్ని వదిలేస్తే, నీ జీవితంలో ఒక్కరోజుకూడా పని చెయ్యలేదు. ఉపయోగకరమైనదేదీ చెయ్యలేదు, అంటాను నేను. కానీ మీ జట్టుకి ప్రాణం నువ్వే, నీ చుట్టూ ఈగల్లా మూగే బలహీనులైన చాలామందికి (నువ్వు వాళ్లని స్నేహితులంటావు) సులభంగ అందుబాటులో ఉంటూ వచ్చావు.

"ఇక రాబోయే ముప్ఫై రోజులు నువ్వు ఆలోచిస్తూ, గమనిస్తూ ఉండాలని కోరుకుంటున్నాను. నిజమైన స్నేహానికి పునాదిగా ఉండే సూత్రాలు ఏమిటో నువ్వు కనుక్కోవాలి, వాటిని అనుభవం ద్వారా తెలుసుకోవాలి. ఆ సూత్రాలని ప్రదర్శించే నిజమైన స్నేహం తాలూకు ఉదాహరణలని నువ్వు మిస్టర్ హామిల్టన్‌కి తెలియజేయాలి. జేసన్, స్నేహాన్ని అర్థం చేసుకుని, దాన్ని పెంపొందించుకోవటం కన్నా నీ ఉనికికి ఎక్కువ విలువని ఇచ్చేందుకు నువ్వు చెయ్యగలిగినది మరేదీ లేదు."

వీడియో టేప్ అయిపోయింది. జేసన్ లోతైన ఆలోచనల్లో మునిగి ఉన్నట్టు కనిపించాడు. చివరికి అనుకోకుండా, "నాకేం అర్థం కాలేదు, అంటే నా ఉద్దేశం..."

నేనతని మాటలకి అడ్డువస్తూ, "నాకు తెలుసు. నీకర్థం కాదు. అదే అసలు విషయం. కానీ మీ తాత చెప్పిన మాటల్ని గుర్తుంచుకుంటావని ఆశిస్తాను. నీ కోసమే చెపుతున్నాను, ఈ నెలాఖరులోగా నువ్వు అర్థం చేసుకోవటం ప్రారంభించాలి. నీ రిపోర్ట్ కోసం ఎదురు చూస్తూ ఉంటాను," అన్నాను.

జేసన్‌కి అప్పజెప్పిన పనినీ, అతన్నీ అక్కడే వదిలిపెట్టి, కాన్ఫరెన్స్ గదిలోంచి బైటికి నడిచాను.

నెలాఖరు రోజున, మిస్ హేస్టింగ్స్ నా ఆఫీసుకి ఫోన్‌చేసి, జేసన్ ఒక గంటలో వస్తానన్నాడని చెప్పింది. నేను కుర్చీలో వెనక్కానుకుని కూర్చుని నా ప్రాణస్నేహితుడు రెడ్ స్టీవెన్స్ గురించి ఆలోచించసాగాను. స్నేహం ఎంత లోతువరకూ పెరగ్గలదో ఎవరికైనా ఎలా నేర్పించాలో నాకైతే అర్థం కాలేదు. ముఖ్యంగా అలాంటి స్నేహం వాళ్ల అనుభవంలోకి ఇంతకుముందెప్పుడూ రాకపోతే! రెడ్ స్టీవెన్స్ అప్పజెప్పిన పనిలో జేసన్ సాఫల్యం సాధించగలడన్న విషయం నాకు చాలా అనుమానాస్పదంగానూ, తీరా అతనొచ్చాక ఎలాంటి ఫలితాలని ఎదుర్కోవాలో అని భయంగానూ అనిపించింది.

మేం ముగ్గురం కాన్ఫరెన్స్ బల్ల చుట్టూ చేరాం. మిస్ హేస్టింగ్స్, నేనూ మౌనంగా

ఉండిపోయాం. ఇద్దరం జేసన్ మొహంలోని భావాలనీ, అతని ధోరణినీ గమనిస్తూ కూర్చున్నాం. అతను ఏదో తీవ్రంగా ఆలోచిస్తున్నట్టు కనబడ్డాడు. చాలా అంటీముట్టనట్టు మా ఇద్దర్నీ పలకరించాడు. ఆ తరవాత, "నేను.... అంటే.... నాకసలు..." అంటూ ఏదో గొణిగాడు.

మిస్ హేస్టింగ్స్ అతనికి అడ్డొస్తూ, "ఈరోజు మనం మాట్లాడవలసిన విషయం, నువ్వు స్నేహం గురించి ఏం అర్థం చేసుకున్నావో మిస్టర్ హామిల్టన్‌కి వివరంగా చెప్పటం అని అనుకుంటా," అంది.

జేసన్ నావైపు అనుమానంగా చూశాడు. నేను తలాడించి, అతన్ని ప్రోత్సహిస్తూ చిరునవ్వు నవ్వాను.

జేసన్ చెప్పటం మొదలుపెట్టాడు, "ఈ నెలంతా నేను స్నేహం గురించి బాగా ఆలోచించాను. తరవాత స్నేహానికి సంబంధించిన కొన్ని సూత్రాలని పట్టుకునేందుకు ప్రయత్నించాను. నాకు తెలిసినంత వరకూ స్నేహం అంటే నిజాయితీ, నిబద్ధత, తరవాత అవతలి వ్యక్తి జీవితంలో పాలుపంచుకునే ప్రక్రియ. అది అంతకన్నా లోతైనదే, కానీ దాన్ని మాటల్లో చెప్పటం కష్టం.

"స్నేహానికి నాకు తెలిసిన అతిమంచి ఉదాహరణ, టెక్సాస్‌లో నేను గస్ కాల్డ్‌వెల్ దగ్గర పని చేస్తున్నప్పుడు ఆయన నాకు చెప్పింది. అది నా సూత్రాలని బాగా నిరూపిస్తుంది. తనూ, మా తాత రెడ్, పశువుల వ్యాపారం మొదలుపెట్టిన కొత్తలో వాళ్లిద్దరి ర్యాంచ్‌లకీ మధ్య ఎన్నో మైళ్ల దూరం ఉండేదట, కానీ వీళ్లిద్దరూ, ర్యాంచ్‌లని నడిపే మిగతా వాళ్లూ ఒకే పరిధిలో పశువులని తిప్పేవాళ్లు. ప్రతి ఏటా వసంతంలో, అన్ని ర్యాంచిల్లోనూ కొత్తగా పుట్టిన దూడలని అన్నిటినీ ఒక చోట చేర్చి, వాటికి వాతలతో ముద్ర వేసేవాళ్లు.

"మిస్టర్ కాల్డ్‌వెల్ నాకు చెప్పిందేమిటంటే, లేగదూడలు తమ తల్లులు ఎటువెళ్తే అటే వాటివెంట వెళ్తాయట, అప్పుడు పశువులన్నిటినీ ఒక చోట చేర్చినప్పుడు, ఒక్కో ర్యాంచ్ తాలూకు ప్రతినిధులూ తల్లి ఒంటిమీదున్న ముద్రనే దాని దూడమీద కూడా వేస్తారట.

"ఇక మొదట్లో, మిస్టర్ కాల్డ్‌వెల్‌కి, తాత రెడ్ ర్యాంచ్‌లో సరిగ్గా పనిచెయ్యలేదేమోనని భయమేసిందిట. అందుకని ఒక ఏడాది మిస్టర్ గస్, పశువులన్నిటినీ కూడగట్టేప్పుడు తన మందలోని ఎన్నో దూడలకి తాత ర్యాంచ్ ముద్ర వేసేశాడట. ఆ రకంగా తాతకి ముప్ఫై దూడలకన్నా ఎక్కువ ఆయన ఇవ్వగలిగానని నాకు చెప్పాడు.

"కానీ మొత్తం పశువులన్నిటినీ ఒక చోట చేర్చాక, గస్ అన్నిటినీ లెక్కపెట్టినప్పుడు, అంటే తన ముద్ర ఉన్నవాటిని లెక్కపెడితే, ముప్ఫైకి తక్కువవటానికి బదులు, తనవి దాదాపు యాభై దాకా ఎక్కువున్నాయని తెలుసుకున్నాడు.

"ఆ సంఘటన ఆయన్ని చాలా ఏళ్లపాటు తికమకపెట్టింది. కానీ ఒకసారి మా తాతా, మిస్టర్ కాల్డ్‌వెల్ చేపలు పట్టేందుకు ఎక్కడకో వెళ్లినప్పుడు, మనిద్దరం ర్యాంచ్‌ల వ్యాపారం మొదలుపెట్టినప్పుడు, నువ్వు నష్టపోతావేమోనని భయపడ్డానని, మా తాతయ్య గస్‌తో అన్నాడట. తన ప్రాణస్నేహితుడైన పొరుగువాణ్ణి వదులుకోవటం ఇష్టం లేక, తాతయ్య తన దగ్గరున్న ఒక గుంపు దూడలకి గస్ కాల్డ్‌వెల్ ముద్రతో వాతలు పెట్టాడు."

జేసన్ ఆగి, మార్గరెట్ కేసీ నాకేసీ, మేమేమంటామో అన్నట్టు చూశాడు. మళ్లీ ఇలా చెప్పసాగాడు, "మిస్టర్ కాల్డ్‌వెల్, మా తాత రెడ్ గురించి చెప్పిన ఆ కథ స్నేహంలోని ప్రతి ఒక్క అంశాన్నీ నేను అర్థం చేసుకునేందుకు చాలా బాగా పనికివచ్చింది. అలాంటి స్నేహాన్ని నిర్మించుకోవటానికి ఎన్నో ఏళ్లు పడుతుందని నాకు తెలుసు, కానీ ఆ ప్రయత్నం చాలా ప్రయోజనకరమైనదని నా అభిప్రాయం.

"పోయిన నెల బ్రయాన్‌ని నేను కలుసుకున్నానని మీకు చెప్పాను. రోడ్డు పక్కన అతని కారు ఆగిపోయింది. తన కారుకి కొత్త ఇంజన్ కొనేందుకు నేను సాయం చేశాను. అప్పట్నించీ మేమిద్దరం కలిసి ఎన్నో పనులు చేశాం. ఏదో ఒకరోజు మేమిద్దరం గస్ కాల్డ్‌వెల్, మా రెడ్ తాతయ్య లాగ మంచి స్నేహితులం అవుతామని ఆశిస్తున్నాను."

జేసన్ సూటిగా నాకళ్లలోకి చూశాడు. ఆ తరవాత, "అలాగే మీరు మా తాతకి మంచి స్నేహితులు. మీలాగే నేను కూడా ఒక మంచి స్నేహితుడిగా ఉండగలనని ఆశిస్తున్నాను," అన్నాడు.

నేను నవ్వి, "నా ఉద్దేశంలో, నువ్వు స్నేహం గురించి జీవితాంతం నేర్చుకోవలసిన పాఠాన్ని మొదలుపెట్టేశావు. ఒక విషయం మాత్రం చెప్పగలను. స్నేహం సంపాదించుకునేందుకు నువ్వు చేసే ప్రతి ప్రయత్నమూ ఎన్నో రెట్లుగా నీకు వెనక్కి అందుతుంది," అన్నాను.

రెడ్ స్టీవెన్స్, గస్ కాల్డ్‌వెల్ కథని మాకు చెప్పినందుకు జేసన్‌కి నేను ధన్యవాదాలు తెలిపాను. యాభై ఏళ్లుగా వాళ్లిద్దరూ ఎంత గొప్ప వ్యక్తులో, గొప్ప స్నేహితులో నాకు తెలుసు. జేసన్ చెప్పిన గస్ కాల్డ్‌వెల్ కథ, వాళ్ల స్నేహం తాలూకు గొప్పదనానికి మరో ఉదాహరణ మాత్రమే.

నన్నూ నా జ్ఞాపకాలనీ ఒంటరిగా వదిలేసి, మిస్ హేస్టింగ్స్ జేసన్‌ని కాన్ఫరెన్స్ గదిలోంచి బైటికి తీసుకెళ్లింది.

నేను కుర్చీలో వెనక్కి వాలి కూర్చుని జీవితాంతం నాకు స్నేహితుడిగా ఉన్న రెడ్ స్టీవెన్స్ గురించి ఆలోచిస్తున్నప్పుడు, మా ఇద్దరి మధ్యా స్నేహం చాలా సామాన్యంగా మొదలైందనీ, అది భవిష్యత్తులో ఏ రకంగా పెరుగుతుందో అప్పట్లో ఇద్దరికీ ఏమాత్రం అవగాహన లేదనీ అనిపించింది. జేసన్ స్నేహితుడవటం ఎలాగో అర్థం చేసుకోవటం ప్రారంభించాడు. అతని ఈ స్నేహం జీవితాంతం పెరుగుతూ, నాకూ రెడ్ స్టీవెన్స్‌కీ

దొరికినంత ఆనందం, అతను కూడా అనుభవిస్తాడనీ, ఆ స్నేహ పరిమళం ఎంత గొప్ప నిధి నిక్షేపం లాంటిదో తెలుసుకుంటాడని ఆశించాను.

చదువు అనే కానుక

చదువుసంధ్యలు అనేవి జీవితాంతం చేసే ప్రయాణం లాంటివి వాటి గమ్యం మీరు ప్రయాణం చేసిన కొద్దీ విస్తరిస్తూ ఉంటుంది.

అధ్యాయం ఆరు

రెడ్ స్టీవెన్స్, తన మనవడు జేసన్ కోసం తయారుచేసిన వీలునామా లాంటిది నేనింతవరకూ ఏ క్లయింట్‌కి గానీ, స్నేహితుడికి గానీ ఎవరూ రాయగా చూడలేదు. అందుకే అది అతి అసాధారణమైనదిగా, అన్నిటికన్నా ముఖ్యమైనదిగా అనిపించింది. జేసన్‌తో మేము ప్రారంభించిన ఏడాది ప్రయాణంలో నాలుగో నెలకి చేరుకునేసరికి, మేం ఇంతవరకూ సాధించిన ప్రగతి ఎంత అనేది నాకు ఇదమిత్థంగా తెలీలేదు. అతను బాగుపడుతున్న సూచనలు చాలానే కనిపించాయి, కానీ అన్నిటికీ ఎదురు తిరిగే అతని ధోరణీ, పొగరూ, స్వార్థం, అప్పుడప్పుడూ కనిపిస్తూనే ఉన్నాయి. ఆ గుణాలు అతనిలో చోటు చేసుకునేందుకు అతను ఏ పనీ చెయ్యకుండా పూర్వీకులు సంపాదించిన డబ్బుతో విలాస జీవితం గడపటమే కారణం.

కాన్ఫరెన్స్ బల్ల చుట్టూ మా నెలసరి కార్యక్రమాన్ని మొదలుపెట్టామో లేదో, మిస్ హేస్టింగ్స్ వీడియో టేప్ ఆన్ చేసేలోపలే అతను మాకు అడ్డొచ్చాడు.

“చూడండి, ఇప్పటివరకూ మీరు చెప్పినట్టల్లా చేశాను, దీనివల్ల అంతా మంచే జరిగింది, కానీ మనం ఎటు వెళ్తున్నామో, ఇదంతా అయాక నా వంతుగా నాకు వచ్చేది ఏమిటో నాకు సూచన ప్రాయంగానైనా తెలియాలి. నా జీవితంలో ఒక ఏడాది ఇలా వృథా చెయ్యటం నావల్ల కాదు.”

నేను కళ్లార్పకుండా కొన్ని క్షణాలు అలాగే జేసన్‌కేసి చూస్తూ, దీనికి నేను ఏం జవాబు చెప్పాలని రెడ్ ఎదురుచూస్తాడని ఆలోచించాను. చివరికి ఇలా అన్నాను, “జేసన్, ఈరోజు వరకూ నీ జీవితమంతా వృథాగానే గడిచిందని నాకనిపిస్తోంది. ఇక ఒక్క ఏడాది మీ తాత విల్లు ప్రకారం నడుచుకుని గడిపేస్తే అందులో ఆక్షేపణ ఏముంటుంది? పైగా దానివల్ల నీ జీవితం బాగుపడే అవకాశమే ఎక్కువేమో, అనిపిస్తుంది నాకు. కానీ ఎప్పుడు కావాలంటే అప్పుడు ఈ నెలసరి కార్యక్రమాన్ని ఆపేసే స్వేచ్ఛ నీకుంది.”

అతను కరకుగా నాతో, "నాకు ఆ వీలునామాలో మా తాత ఏం రాశాడో కాస్త చెప్పలేరా మీరు? అప్పుడు దీన్ని కొనసాగించాలా వద్దా అని నిర్ణయించుకునే అవకాశం నాకుంటుందిగా?" అన్నాడు.

కోర్టులో ముద్దాయిని చూసినట్టు అతనివైపు ఒకసారి తేరిపార చూసి, "చూడు బాబూ! రెడ్ స్టీవెన్స్ ఆదేశం ప్రకారం ప్రతినెలా వరసగా ఒక్కొక్క మెట్టే ఎక్కుతామని నేను మా స్నేహం సాక్షిగా, అది నా ధర్మం, నా కర్తవ్యం అనుకుని అతనికి మాటిచ్చాను. ఈ విషయంలో నా యిష్టం అంటూ ఏమీలేదు. కానీ నీకు నీ యిష్టప్రకారం చేసే వీలుంది. మనం ఈ పనిని చెయ్యచ్చు మానెయ్యచ్చు కానీ నువ్వు చెయ్యాలనుకుంటే మాత్రం నియమాలని పాటించక తప్పదు. ఇప్పుడు నే చెప్పినదాన్లో నీకు అర్థం కానిదేమైనా ఉందా?" అన్నాను.

జేసన్ కళ్ళూ, నా కళ్లూ కలుసుకున్నాయి. ఇద్దరం చూపులు తిప్పుకోలేదు. ఎవరు ఎక్కువ మొండివాళ్లమని పరీక్షించుకుంటున్నట్టు పోటీ పడ్డాం. అతని దురదృష్టం కొద్దీ, ఈ ఎనభై ఏళ్లకాలంలో నా మొండితనం చాలాసార్లు పరీక్షలకి తట్టుకుంది. అతనిది ఈ మధ్యనే, రెడ్‌స్టీవెన్స్‌కి అతని మీదున్న ప్రేమవల్ల, పరీక్షకి పెట్టబడింది.

చివరికి అతనే కళ్లు పక్కకి తిప్పేసి, "సరే, వీడియో చూద్దాం," అని గొణిగాడు.

రెడ్ స్టీవెన్స్ తెరమీదికొచ్చాడు. మునుపటికన్నా అతనిలో ఎక్కువ తీవ్రత కనిపించింది. ఒక్కో అడ్డంకినీ దాటుకుంటూ వస్తున్న కొద్దీ, కొత్తగా మాముందు ఉన్నది ఇంకా ముఖ్యమైనదిగా, ప్రాధాన్యత కలదిగా కనిపించసాగింది.

రెడ్ ఇలా మొదలుపెట్టాడు, "జేసన్, తరవాత నీకోసం నేను వదిలి వెళ్లే కానుక జ్ఞానానికీ, చదువు సంధ్యలకీ సంబంధించినది. నేనెప్పుడూ క్రమ పద్ధతిలో చదువుకోలేదని నీకు తెలుసు. మేము పంపించిన పేరు పొందిన కాలేజీ చదువు చదివి, డిగ్రీ లాంటిదేదో తెచ్చుకున్నావు. కానీ ఆ కాలేజీ పేరుకి మాత్రమే గొప్ప, పనీపాటా లేని ధనవంతులకి ఆటలాడే స్థలం కన్నా అది గొప్పదేం కాదని నాకు తెలుసు."

జేసన్ కుర్చీలో చేరగిలబడి కూర్చుని, పిడికిలితో బల్లమీద గుద్దాడు, నోటితో గట్టిగా గాలి బైటికి వదిలాడు.

రెడ్ మళ్లీ మాట్లాడసాగాడు, "మీ మనసుకి బాధ కలిగించే ముందుగా ఒక విషయం చెప్పాలి, నాకు విశ్వవిద్యాలయాలన్నా, క్రమపద్ధతిలో నేర్పే చదువు సంధ్యలన్నా గౌరవం ఉంది. కానీ అది నా జీవితంలో ఒక భాగం కాలేకపోయింది. నా జీవితంలో భాగమైంది ఏమిటో తెలుసా? నా చుట్టూ ఉండే మనుషులనీ, లోకాన్నీ గురించి అంతా తెలుసుకోవాలన్న కోరిక, కుతూహలం నిరంతరం నాకు కలుగుతూ ఉండేవి. నేను చదవటం నేర్చుకున్నాక ఎక్కువకాలం స్కూలుకెళ్లలేకపోయాను. కానీ చదివే సామర్థ్యం, ఆలోచించే గుణం, అన్నిటినీ గమనించే కుతూహలం వల్ల నేను బాగా చదువుకున్న మనిషిలాగే తయారయాను.

"కానీ నేర్చుకోవటం అనేది ఒక ప్రక్రియ. ఊరికే కొంతకాలం క్లాసురూమ్‌లో కూర్చుని, ఏదో ఒక రోజున వేదికనెక్కి, సర్టిఫికేట్ అందుకుని, ఆ తరవాత నేనంతా నేర్చుకున్నాను అని అనటం సరిపోదు. గ్రాడ్యుయేషన్ రోజుని వాళ్ళు ప్రారంభం అని ఎందుకంటారంటే, ఆ రోజునుంటే నేర్చుకోవటం అనేది మొదలవుతుంది. అంతకు ముందు స్కూల్లో నేర్చుకున్నదంతా నిజమైన పాఠాలకి అవసరమైన పరికరాలనీ, చట్రాన్నీ సమకూర్చుకునేందుకే.

"చివరికి చెప్పొచ్చేదేమిటంటే, జేసన్, నీ ఇష్టప్రకారం నువ్వు జీవించటం అనేదే నిజమైన గురువు. నా ఆస్తిపాస్తులూ, విజయాలూ నీకు దాన్ని అందకుండా చేశాయి, ఆ హానిని భర్తీ చేసేందుకే నేను వీలైనంతగా ప్రయత్నిస్తున్నాను."

రెడ్ కొన్ని క్షణాలు ఆగి, ఆలోచించి, మళ్ళీ మాట్లాడసాగాడు, "జేసన్, నువ్వొక చిన్న ప్రయాణం చెయ్యబోతున్నావు. మిస్టర్ హామిల్టన్, మిస్ హేస్టింగ్స్ కూడా నీవెంట వస్తారు. నేను కనిపెట్టిన విద్యని అందించే, అత్యుత్తమమైన స్థలమే నీ గమ్యం. నువ్వు ముందే ఎటువంటి అభిప్రాయాలూ ఏర్పరచుకోకుండా ఉన్నట్టయితే, చదువు అనేకానుకకి కీలకం ఏమిటో తెలుసుకుంటావు. ఇక జీవితాంతం నీకు అది ఉపయోగ పడుతుంది.

"విద్యని అందించే ఈ గొప్ప స్థలంలో ఒక నెల గడిపాక, మిస్టర్ హామిల్టన్‌కి తృప్తికలిగే విధంగా నువ్వు, మొత్తం చదువు సంధ్యలకీ, విద్యకీ, జ్ఞానానికీ అసలు కీలకం ఎక్కడుందో వివరించగలగాలి. మిస్టర్ హామిల్టన్‌కి అన్ని వివరాలూ తెలుసు. నీకు అవసరమైనప్పుడు ఆయన్ని అడిగి తెలుసుకోవచ్చు. నీకు నా శుభాకాంక్షలు."

మిస్ హేస్టింగ్స్ వీడియోటేప్‌ని తీసుకోటానికి లేచింది. జేసన్ చాలా విసుగ్గా, నిర్లక్ష్యంగా, "మనం ఎక్కడికెళ్లాలి? ఏం చెయ్యాలి?" అని అడిగాడు.

నేను లేచి గదిలోంచి బైటికెళ్తూ, "మనం ఎక్కడికీ వెళ్లక్కర్లేదు, ఏమీ చెయ్యక్కర్లేదు, జేసన్. ఈ పనిని ఈ క్షణాన చెయ్యటం మానెయ్యచ్చు. కానీ నువ్వు దీన్ని కొనసాగించాలనుకుంటే మాత్రం, ఎయిర్‌పోర్ట్‌కి రా, ఉదయం ఏడు గంటలకి గేట్ నంబర్ 27 దగ్గర ఉండు. నీ పాస్‌పోర్ట్, వేసవి దుస్తులూ, కాస్త మంచి వైఖరినీ వెంట తీసుకురా," అన్నాను.

మర్నాడు ఉదయం, చేత్తో సామాన్లు పట్టుకుని, పార్కింగ్ స్థలంలో రోడ్డు దాటుతూ, ఎయిర్‌పోర్ట్ బైట మాకు జేసన్ కనిపించాడు. "గుడ్ మార్నింగ్, జేసన్! విమానం బైలుదేరటానికి అరగంట ముందే నువ్విక్కడికి చేరుకోవటం చూసి ఆశ్చర్యపోతున్నాను," అన్నాను.

అతను నవ్వి, "వంద గజాలు హడావిడిగా పరిగెత్తి, వాళ్లు తలుపులు మూస్తూంటే, వాటి మధ్య కష్టపడి దూరకుండా, సమయానికి అందుకోవాలని అనుకున్నాను," అన్నాడు.

డ్రైవ్‌వేని దాటి టర్మినల్ వైపు నడిచాం. మిస్ హేస్టింగ్స్‌కి నా చెయ్యి అందించాను. "కొంచెం కొంచెంగా, నెమ్మదిగానైనా, ఈ వ్యూహం పనిచేస్తున్నట్టుంది," అందామె నాతో రహస్యంగా.

జేసన్ మా దగ్గరకి వచ్చి, "అయితే మనం ఎక్కడికెళ్తున్నాం?" అన్నాడు.

నేను నవ్వి, "దక్షిణ అమెరికాకి," అన్నాను.

జేసన్ నడుస్తున్నవాడల్లా ఆగి, "దక్షిణ అమెరికాలో ఏ విశ్వవిద్యాలయం, గ్రాడ్యుయేట్ స్కూల్ ఉన్నాయి?" అని అడిగాడు.

మిస్ హేస్టింగ్స్ చాలా ఆనందంగా అతని ప్రశ్నకి జవాబు చెప్పింది, "నువ్వు దాని పేరెప్పుడూ వినుండవనే నా నమ్మకం," అంది.

మూడు విమానాలు మారాక, ఒక డొక్కు టాక్సీలో, రెండు వైపులా దట్టమైన అడవుల మధ్యనున్న మట్టిరోడ్డు మీద, మా ప్రయాణం సాగింది. చివరికి దుమ్ము ధూళితో నిండిన ఒక గ్రామానికి చేరుకున్నాం. మట్టిరోడ్లు, అడవి అంచున వరసగా పాడుపడిన కొన్ని ఇళ్లూ ఉన్నాయి.

ఆ వీధిలో ఉన్న ఇళ్లలో అన్నిటికన్నా పెద్ద ఇంటి ముందు టాక్సీ ఆగింది. మేం కిందికి దిగి మా సామాన్లు తీసుకున్నాం. టాక్సీ దుమ్ము రేపుకుంటూ వెళ్లిపోయాక జేసన్, "మనం సరైన చోటికే వచ్చామంటారా?" అన్నాడు నమ్మలేనట్టు.

నేను నవ్వి, "నువ్వు కనిపెట్టాలే గాని విద్యా, చదువు సంధ్యలూ ఎక్కడైనా దొరుకుతాయి," అన్నాను.

ఆ మూడు గదుల్లో సామాన్లు సర్దుకున్నాం. ఆ హోటలు మామూలుగా ఉన్నా చాలా సౌకర్యంగా ఉండటం చూసి ఆశ్చర్యం వేసింది. ఉదయాన్నే ఉపాహారం కోసం కింది హాల్లో కలుసుకుందాం అనుకున్నాం. నేను చాలా అలిసిపోయాను. జేసన్ ప్రశ్నలన్నిటికీ, "పాఠాలు రేపు పొద్దున్నే మొదలవుతాయి," అని జవాబు చెప్పి తప్పించుకున్నాను.

చాలా దూరం నించి కష్టపడి రోజంతా ప్రయాణం చేసి రావటం వల్ల ఆదమరచి నిద్రపోయాను. ఉదయం ఉపాహారం తీసుకునేందుకు కింద హాల్లోకి వెళ్లేసరికి, డైనింగ్ రూమ్ లాంటి ఆ హాల్లో మిస్ హేస్టింగ్స్ ఆసరికే ఒక బల్ల దగ్గర కూర్చుని ఉండటం కనిపించింది. కొన్ని నిమిషాల్లో జేసన్ కూడా వచ్చాడు, మేం సీదాసాదా ఉపాహారాన్ని గబగబా తిని ముగించాం.

నేను బల్లదగ్గర్నించి లేస్తూ, "జేసన్, మనం ఈ వీధి చివరిదాకా నడిచి వెళ్లబోతున్నాం. అక్కడ ఒక భవనం ఉంది, అందులోనే నీ చదువు సంధ్యలు ప్రారంభం కాబోతున్నాయి," అన్నాను.

జేసన్ లేచి నిలబడ్డాడు. నిట్టూర్చి, "ఇంత దూరం ఎలాగూ రానే వచ్చాను. మతి భ్రమించిన మా తాతయ్య మనసులో ఏముందో తెలుసుకునే వెళ్తాను," అన్నాడు.

మట్టిరోడ్డు మీద అలా నడుచుకుంటూ వెళ్లే మేం ముగ్గురం అందరికీ వింతగా కనిపించి ఉంటాం, ఎందుకంటే ఆ ఊళ్లో చాలామంది మమ్మల్ని చూసేందుకు ఇళ్లలోంచి బైటికి వచ్చారు. దోవలో సామాన్యమైన ఇళ్లు, చెక్కతో, లోహపు రేకులతో కట్టినవి, చాలానే కనిపించాయి. వీధి కొసకి చేరుకునేసరికి ఎడమవైపున్న చివరి భవనం మిగతా వాటికన్నా కొద్దిగా పెద్దదిగా, ఆధునికంగా ఉందనిపించింది. తలుపు మీద స్పానిష్ భాషలోనూ, ఆంగ్లంలోనూ రాసిన ఒక బోర్డు ఉంది. దాని మీద 'హోవర్డ్ రెడ్ స్టీవెన్స్ గ్రంథాలయం' అని రాసి ఉంది.

జేసన్ ఆ పేరు చూడగానే నవ్వుతూ, "ఏమిటిదంతా?" అన్నాడు.

మూడు మెట్లెక్కి తలుపు తీస్తూ, "నీకు అవసరమైనది లోపల దొరుకుతుందని అనుకుంటున్నాను," అన్నాను.

మేం గ్రంథాలయం లోపలికి వెళ్లగానే కౌంటర్లో ఉన్న యువతి ఆనందంగా మమ్మల్ని పలకరించింది. ఆమె ఆంగ్లం చాలా చక్కగా మాట్లాడగలిగింది, "మీరు మిస్టర్ హామిల్టన్, ఈవిడ మిస్ హేస్టింగ్స్ కదూ?" అంది.

నేను అంగీకారసూచకంగా తలూపాను. జేసన్‌ని చూడగానే ఆమె మెరిసే కళ్లతో, "మీరు జేసన్ స్టీవెన్స్ అయియుంటారు. మా ఊరికి మీరు రావటం మాకెంతో గర్వంగా ఉంది. రెడ్ స్టీవెన్స్ చాలా గొప్ప వ్యక్తి. మా ఊళ్లో అందరికీ ఎంతో సాయం చేశారు," అంది.

నేను గొంతు సవరించుకుని, "జేసన్, ఇక రాబోయే నాలుగు వారాలూ నువ్వు ఈ లైబ్రేరియన్‌కి సాయం చేస్తూ ఇక్కడే ఉండాలి. మీ తాతగారు నీకు నేర్పాలనుకునే విషయాలకి అవసరమైనవన్నీ ఇక్కడున్నాయి," అన్నాను.

అవసరమైన దానికన్నా గొంతు పెంచి, "నేను స్కూల్లోనూ, కాలేజీలోనూ అంత బాగా చదువుకుని ఉండకపోవచ్చు, కానీ ఇంతకు ముందు ఎప్పుడూ చూడని ఈ చిన్న ప్రదేశంలో నేర్చుకోవటానికి అసలు ఏమైనా ఉంటుందని నమ్మలేకపోతున్నాను," అన్నాడు.

ఒక గదిలో ఉన్న ఆ గ్రంథాలయాన్ని ఒకసారి చుట్టి చూసి వచ్చాడు జేసన్.

"ఇక్కడ చాలావరకూ అరలన్నీ ఖాళీగా ఉన్నాయి. కాసిని పుస్తకాలు తప్ప ఇంకేం లేవే!" అన్నాడు.

గ్రంథాలయాన్ని నిర్వహించే ఆ యువతి నవ్వి, "పుస్తకాలన్నీ ఊళ్లో జనం, ఇంకా మైళ్లదూరంలో ఉన్నవాళ్లూ చదివేందుకు పట్టుకెళ్లారు. మీ తాతగారు మాకీ గ్రంథాలయాన్ని

ఇచ్చినప్పుడు, పుస్తకాలు అలా అరల్లోనే ఉంటే ఏమీ ప్రయోజనం ఉండదని చెప్పారు," అని వివరించింది.

మిస్ హేస్టింగ్స్, నేనూ తనని అక్కడ వదిలి వెళ్లిపోతామనీ, కానీ ప్రతిరోజూ అతను ఎలా పనిచేస్తున్నాడో చూసేందుకు వస్తామనీ జేసన్‌తో చెప్పాను.

తరువాతి నాలుగు వారాలూ, ఆ గ్రామ జీవితాన్ని హాయిగా అనుభవించాను. మిస్ హేస్టింగ్స్, నేనూ ఈ చుట్టు పక్కల ప్రదేశాలన్నీ తిరిగాం, అక్కడి ప్రజలు తయారుచేసిన కళాకృతులని చూశాం. అక్కడి జనం కూడా చాలా స్నేహంగా, ఆప్యాయంగా ఉన్నారు. ముఖ్యంగా వాళ్లకి ఎంతో ఉపకారం చేసిన రెడ్ స్టీవెన్స్ ప్రతినిధిగా ఆ ఊరికి వచ్చానని తెలిశాక మరింత ప్రేమ కనబరిచారు.

ప్రతిరోజూ జేసన్ ఎలా పనిచేస్తున్నాడో వెళ్లి చూసేవాళ్లం. నేను ఎదురుచూసిన దానికన్నా ఎక్కువ ఉత్సాహంగా, శ్రద్ధగా పనిచేస్తున్నాడని తెలిసింది. త్వరత్వరగా తిరిగి ఇచ్చిన పుస్తకాలని తీసుకోవటం, కొత్త పుస్తకాలు ఇవ్వటం నేర్చుకున్నాడు. తరచు పుస్తకాలు చదివే గ్రంథాలయ సభ్యులతో వాళ్లు చదివిన పుస్తకాల గురించి మాట్లాడేవాడు.

ఆ ఊళ్లో మేం గడపవలసిన చివరిరోజు వచ్చింది. నాకు ఆ అందమైన ఊరు వదిలి వెళ్లాలనిపించలేదు. మాకు శుభాకాంక్షలు తెలిపేందుకు ఊరిజనం అందరూ వీధిలోకి వచ్చారు. మేం అక్కడికి వచ్చిన టాక్సీలాంటిదే మళ్లీ ఎక్కి అక్కణ్ణించి బైలుదేరాం.

ఒకరోజంతా ప్రయాణం చేసి అలసిపోయి బోస్టన్‌కి చేరుకున్నాం. అక్కడ మా సామాన్లు తీసుకుని పార్కింగ్‌కేసి నడిచాం.

జేసన్, గబగబా మాకన్నా కొన్ని అడుగులు ముందుకెళ్లిపోయాడు. తరవాత మా దారికి అడ్డంగా నిలబడి, "కొంచెం ఆగండి. మీరు చెయ్యమన్న పనులన్నీ చేశాను. గ్రంథాలయంలో కష్టపడి పనిచేశాను, ఆ చీకటి గుయ్యారంలా ఉన్న చిన్న గదిలో ఉన్న పుస్తకాలన్నిటినీ చూశాను. అక్కడ కొత్తగా నేర్చుకోడానికి నాకేమీ కనబడలేదు. నేను తెలుసుకున్నదల్లా ఒకటే, అక్కడున్న వాళ్లు మంచివాళ్లు, సీదాసాదా మనుషులు. తెల్లారకముందే చీకట్నే నిద్రలేచి, కొండదారుల వెంట కొన్ని మైళ్లు నడిచి, చిరిగి, నలిగిపోయిన పాత పుస్తకాల కోసం గ్రంథాలయానికి వస్తారు. నాలుగు వారాల క్రితం, అక్కడికి వెళ్లకముందు, నాకు తెలియని విషయం ఏదైనా ఉందీ అంటే, నిజం చెపుతున్నాను నేనక్కడ నేర్చుకున్న విషయం, ఏదైనా తెలుసుకోవాలి, చదివి నేర్చుకోవాలి అనే కోరిక, తహతహా, చదువు సంధ్యలకి అన్నిటికన్నా కీలకం అనేదే.

మిస్ హేస్టింగ్స్, నేనూ సామాన్లు కారు డిక్కీలో సర్దాం. ఎయిర్‌పోర్ట్ పార్కింగ్ వదిలి రోడ్డుమీదికి కారు పోతున్నప్పుడు, జేసన్ ఇంకా అదే చోట పాతుకుపోయినట్టు నిలబడి ఉండటం నాకు కనిపించింది. మేమందరం అక్కడ నేర్చుకున్న పాఠం గురించే ఇంకా ఆలోచిస్తున్నాడని ఘంటాపథంగా చెప్పగలను.

సమస్యలు అనే కానుక

సరైన నిర్ణయం తీసుకుంటే సమస్యలు తలెత్తవు.
సరైన నిర్ణయం తీసుకోవాలంటే
జీవితంలో తలెత్తే సమస్యలనుంచి అనుభవాన్ని ఆర్జించాలి.

అధ్యాయం ఏడు

తరువాతి సోమవారం జేసన్ జీవన్నాటకంలో రాబోయే అంకం గురించి దీర్ఘాలోచనలో పడ్డప్పుడు ఏం జరగబోతోందో నాకు ముందే తెలిసినట్టనిపించిందని ఒప్పుకుంటున్నాను. నా స్నేహితులందరిలోకీ పాతవాడూ, నాకు ప్రాణప్రదమైనవాడూ, రెడ్ స్టీవెన్స్. తను చనిపోయాక కూడా ఒక యువకుడి జీవితాన్ని అతను ఎంతగా ప్రభావితం చెయ్యగలుగుతున్నాడో చూస్తూంటే నాకు ఆశ్చర్యం వేసింది.

అనుకున్న సమయానికి, మిస్ హేస్టింగ్స్ జేసన్‌ని వెంటబెట్టుకుని కాన్ఫరెన్స్ గదిలోకొచ్చింది. నన్ను కూడా అక్కడికి రమ్మని పిలిచింది, ఈ సమావేశాలన్నీ విధి చేసిన నిర్ణయానికి రూపాలే! నాలుగు నెలలంటే ఎక్కువ వ్యవధేమీ కాదు, కానీ ఈ నాలుగు నెలల్లో జేసన్ పరిణతిని సాధించినవాడిలా, ఆత్మవిశ్వాసంతో తొణికిసలాడుతూ ఉన్నట్టు తయారయాడు. మా మహా ప్రస్థానంలోని మరో విడతని ప్రారంభించబోయేముందు, అతను మిస్ హేస్టింగ్స్‌నీ, నన్నూ మర్యాదగా పలకరించాడు.

రెడ్ స్టీవెన్ టీవీ తెరమీదికొచ్చాడు. నేర్చుకోవటం అనే కానుక తాలూకు మైలురాయిని విజయవంతంగా దాటి వచ్చినందుకు జేసన్‌ని ఎప్పటిలాగే అభినందించాడు.

రెడ్ చాలా గంభీరంగా మాట్లాడటం మొదలుపెట్టాడు, "జేసన్, జీవితం ఎప్పుడూ వైరుధ్యాలతో నిండి ఉంటుంది. నిజానికి, నువ్వు ఎంత ఎక్కువ కాలం జీవించి ఉంటే, జీవితంలోని వాస్తవికత అంత గొప్ప అసత్యాలతో నిండి ఉన్నట్టు తోస్తుంది. కానీ బాగా వయసు మళ్లేదాకా బతికి ఉండి కష్టపడి వెతికితే, ఈ అయోమయంలో కూడా నీకు ఒక అద్భుతమైన క్రమపద్ధతి కనిపిస్తుంది.

"నేను ఈ అత్యుత్తమమైన కానుకని నీకు అందించే క్రమంలో, నా వీలునామాలో నీకోసం వదిలి వెళ్లిన ఒక్కొక్క పాఠమూ, సామాన్యంగా అందరూ జీవితంలో ఎదురు దెబ్బలు తింటూ, సమస్యలని ఎదుర్కొంటూ నేర్చుకుంటారు. మనని ఓడించని ఎటువంటి సవాలైనా సరే, చివరికి మనకి బలాన్నే ఇస్తుంది.

"నా జీవితంలో నేను చేసిన భయంకరమైన తప్పుల్లో ఒకటి అందర్నీ - నిన్ను కూడా - జీవితంలోని సమస్యలనించి కాపాడటం, నీ మంచికోసం చేస్తున్నానని పొరపాటు పడి, నీ చుట్టుపక్కల ఎక్కడా సమస్యలన్నవి రాకుండా చూసి, వాటిని ఎదుర్కొని పోరాడే సామర్థ్యం నీకు లేకుండా చేశాను.

"మనుషుల దురదృష్టం ఏమిటంటే, వాళ్లు శాశ్వతంగా శూన్యంలో బతకలేరు. గుడ్డులోని పెంకుని పగలగొట్టుకుని బైటపడేందుకు పక్షిపిల్ల సంఘర్షించాలి. సాయం చేస్తున్నానునుకుని ఎవరైనా గుడ్డుని పగలగొట్టచ్చు, పిల్లని బైటపడేట్టు చెయ్యచ్చు. చాలా గొప్పపని చేశాననుకుని పొంగిపోతూ ఆ వ్యక్తి అక్కణ్ణించి వెళ్లిపోతాడు, కానీ నిజానికి అతను ఆ పక్షిపిల్లకి హానే చేస్తాడు. ఆ పిల్ల బలహీనంగా ఉండి, బైటివాతావరణానికి తట్టుకోలేకపోతుంది. ఆ పక్షిపిల్లకి సాయం చెయ్యటానికి బదులు, అతను దాన్ని నాశనం చేశాడు. వాతావరణంలోని ఏదో ఒక వైపరీత్యం ఆ పక్షిపిల్ల మీద దాడి చేసేందుకు అట్టే సమయం పట్టదు. దాన్ని ఆ పక్షిపిల్ల తట్టుకోలేదు. అతను సాయం చేసి ఉండకపోతే దాని పరిస్థితి ఇంకోలా ఉండేది.

"చిన్న చిన్న సమస్యలని ఎదుర్కొనే స్వేచ్ఛ మనకి ఉండకపోతే, సమస్యలు కొద్దిగా పెద్దవైనా సరే, అవి మనని నాశనం చేసేస్తాయి. దీన్ని అర్థం చేసుకున్నట్టయితే, సమస్యలనుంచి తప్పించుకోకుండా బతుకుతాం, అంతేకాదు, వాటిని సవాళ్లుగా భావించి స్వాగతం చెబుతాం. వాటివల్ల బలం చేకూర్చుకుని, భవిష్యత్తులో విజయాలని సాధిస్తాం."

రెడ్ స్టీవెన్స్ మాట్లాడటం ఆపి సూటిగా కెమెరాలోకి చూశాడు. ఆ చూపుల్లో, ఆయన జీవితానుభవమూ, సమస్యలతో ఆయన తలపడి విజయాన్ని సాధించటం వల్ల వచ్చిన ఆత్మవిశ్వాసమూ మాకందరికీ కనిపించాయి.

రెడ్ మళ్లీ మాట్లాడటం మొదలుపెట్టాడు, "నీ జీవితంలో ఇంతకుముందు నేను తొలగించిన సమస్యలని మళ్లీ నువ్వు ఎదుర్కొనేట్టు చేసేందుకు నేను గడియారాన్ని వెనక్కి తిప్పలేను. నీ అంతట నువ్వే వాటిని పరిష్కరించుకునేందుకు నేను నీకు అవకాశం ఇచ్చి ఉండాల్సింది. మనిద్దర్నీ గతంలోకి తీసుకువెళ్లే శక్తే కనక నాకుంటే, నేనా పని చేసేవాణ్ణి. కానీ ప్రస్తుతం సమస్యలతో, సంఘర్షణలతో, అడ్డంకులతో ఎలా పోరాడాలో నీకు నేర్పించటం ఒక్కటే నేను చెయ్యగలపని.

"ఈ విషయంలో నీకు ఎటువంటి అనుభవమూ లేదు కాబట్టి, నువ్వు వీటిని త్వరగా నేర్చుకోవాల్సి ఉంటుంది. నీ జీవితంలో ఎదురవబోయే సమస్యలని తట్టుకునేందుకు నువ్వు సిద్ధంగా లేవు. రాబోయే ముప్ఫై రోజుల్లో నువ్వు దీనికి సిద్ధం కావాలి.

"ఈ నెలలో, నువ్వు బైటికి వెళ్లి, రకరకాల దశల్లో జనం ఎదుర్కొంటున్న సమస్యలని తెలుసుకోవాలి. ఒక చిన్న పిల్లో, పిల్లవాడో, యువతో, యువకుడో, పెరిగి పెద్దయిన

వ్యక్తో, వయోవృద్ధుడో - ఎవరైనా సరే, వాళ్ల వాళ్ల జీవితాల్లో ఎంతో ముఖ్యమైన సమస్య ఏమిటో నువ్వు అడిగి తెలుసుకో. ఈ నాలుగు రకాల వయసున్న వ్యక్తులని కనిపెట్టటమే కాక, ఆయా పరిస్థితుల్లోని వ్యక్తుల సమస్యలనుంచి నువ్వేం నేర్చుకున్నావో మిస్టర్ హామిల్టన్‌కి ఎప్పటికప్పుడు తెలియజేసే పనిని కూడా నేను నీకు అప్పజెపుతున్నాను.

“మనకున్న సమస్యలతో ఎలా వ్యవహరించాలో తెలుసుకున్నప్పుడే మనం మన జీవితాన్ని అర్థం చేసుకోగలుగుతాం. కానీ ఇతరుల సమస్యలనుంచి ఏమైనా నేర్చుకోగలిగినప్పుడు మనం జీవితం మీద పూర్తి పట్టు సాధించుకోగలం.

“నీకు నా శుభాకాంక్షలు తెలుపుతున్నాను. నీతో మళ్లీ వచ్చే నెల మాట్లాడతాను.”

వీడియో పూర్తయిపోయినా జేసన్ ఇంకా ఖాళీ తెరవైపే చూస్తూ ఉండిపోయాడు. అతను నెమ్మదిగా లేచి ద్వారం వైపు నడిచాడు. తలుపు తీసి ఒక్క క్షణం ఆగాడు. వెనక్కి తిరిగి మిస్ హేస్టింగ్ కేసీ, నాకేసీ చూసి, “నాకు సాధ్యమైనంత ప్రయత్నం చేస్తాను. తరవాత మీకు ఫోన్ చేస్తాను,” అని బైటికి వెళ్లి తలుపు మూసేశాడు.

మిస్ హేస్టింగ్స్ నావైపు చూసి, “ఈ యుక్తి పనిచేస్తున్నట్టే కనిపిస్తోంది. అతని ధోరణిలో నాకు మార్పు కనిపిస్తోంది. మీరేమంటారు?” అంది.

“మీ అభిప్రాయం సరైనది కావాలని కోరుకుంటున్నాను, ఎందుకంటే ఇంకా ముందుకి పోయేకొద్దీ మార్గం ఇంకా పైకి, ఎత్తుకి వెళ్తుంది,” అన్నాను.

మళ్లీ నేను జేసన్ తన పని సవ్యంగా చేస్తూ ఉంటాడని ఆశిస్తూ, అతని ఫోన్‌కోసం ఎదురుచూడసాగాను. మొదటిసారి మా అబ్బాయిని స్కూలుకి పంపినట్టు అనిపించసాగింది. నెల ముగిసేందుకు ఇంకా మూడు రోజులు ఉన్నాయనగా జేసన్ దగ్గర్నించి ఫోన్ వచ్చింది. మిస్ హేస్టింగ్స్‌కి ఫోన్ చేసి మర్నాడు ముగ్గురం కలిసేందుకు సమయం కేటాయించమని కోరాడు. అతను చాలా ఆందోళనలో ఉన్నట్టూ, అయోమయంలో ఉన్నట్టూ అనిపించిందని మిస్ హేస్టింగ్స్ నాకు చెప్పింది. అంతా సవ్యంగా ఉండాలని ఆశించటం తప్ప నేనింకేమీ చెయ్యలేకపోయాను.

మర్నాడు ఉదయం అనుకున్న సమయానికి మిస్ హేస్టింగ్స్, జేసన్‌ని కాన్ఫరెన్స్ గదిలోకి వెంటబెట్టుకొచ్చింది. అతన్ని కూర్చోబెట్టి, తనుకూడా ఒక కుర్చీ లాక్కుని కూర్చుంది. జేసన్ మౌనంగా ఉండిపోయాడు. అతనివైపు చూశాను. అతను చాలా నిశ్శబ్దంగా, ఎందుకో భయపడుతున్నట్టు కనిపించసాగాడు.

చివరికి అతనితో, “జేసన్, మనం మళ్లీ ఇలా కలుసుకోవటం బావుంది. నువ్వు చేస్తున్న పని గురించి వివరాలు చెప్పేందుకు సిద్ధంగా ఉన్నావు కదా?” అన్నాను.

“ఉన్నాననే అనుకుంటా,” అన్నాడు తలెత్తి నావైపు చూస్తూ.

మళ్లీ అతను తలదించుకుని, తన ఒళ్లో పెట్టుకున్న చేతులవైపే చూస్తూ ఉండిపోయాడు. చాలాసేపు మౌనంగా ఉన్నాక మాట్లాడటం మొదలుపెట్టాడు. "నాలుగు రకాల వయసుల వాళ్లకీ ఉండే సమస్యలని తెలుసుకోమని నాకు చెప్పారు, ముందుగా ఒక చిన్న పిల్లనో, పిల్లవాడినో కలిసి మాట్లాడే ప్రయత్నం మొదలుపెట్టాను. రెండు వారాల వరకూ నాకు ఎవరూ దొరకలేదు. ఇక బాగా నిరాశ పడిపోయి ఒకరోజు మధ్యాన్నం పార్కులో అలా తిరిగివద్దామని వెళ్లాను.

"నామీద నాకే జాలేసింది. ఇన్నాళ్లూ ఇంత కష్టపడ్డాక, నాకు రావలసిన ఆస్తిని పోగొట్టుకుంటానేమోనని దిగులు పడ్డాను. నాకోసం మా తాతయ్య వదిలి వెళ్లిన అత్యుత్తమమైన కానుక నాకు అందకుండా పోతుందేమోనని భయపడ్డాను.

"చివరికి పార్కులో ఒక బెంచి చివర్న కూర్చున్నాను. అదే బెంచి మీద అవతలి వైపు ఒక యువతి కూర్చుని ఉయ్యాల ఊగుతున్న తన కూతుర్ని గమనిస్తోంది. తన కూతుర్ని చూస్తే చాలా ఆశ్చర్యంగా ఉందని ఆమె నాతో అంది. నేనున్న నిస్పృహలో ఆమెతో మంచిగా మాట్లాడటం నావల్ల కాలేదు. ఆరేడేళ్ల ఆవిడ కూతురు ఉయ్యాల ఊగటంలో అంత ఆశ్చర్యపోవలసినదేముందని అన్నాను.

"అప్పుడామె ఇలా అంది, 'మొదటిది, నేనాపిల్లకి తల్లిని కాను. అలా అయితే బావుండునని ఉందనుకోండి, అది వేరే విషయం. రెండోది, మీ జీవితంలో ఈ పిల్లకన్నా అద్భుతమైన ఆశ్చర్యాన్ని మీరు బహుశా చూడలేరు. నేను సెయింట్ కేథరిన్ ఆస్పత్రిలో వాలంటీరు పని చేస్తాను. బతుకుతారన్న ఆశ ఎంతమాత్రం లేని రోగులకుండే ప్రత్యేకమైన కోరికలు తీర్చే కార్యక్రమంలో నేను పనిచేస్తున్నాను. ఎమిలీకి నయంకాని కాన్సర్ వ్యాధి ఉంది. ఆమెకి లెక్కలేనన్ని ఆపరేషన్లు జరిగాయి. ఆ పిల్ల సగం జీవితం ఆస్పత్రుల్లోనే గడిచింది. భరించలేని బాధతో చికిత్స చేయించుకుంటోంది. తనకి ఏదైనా ప్రత్యేకమైన కోరిక ఉంటే మేం తీరుస్తామని ఆపిల్లకి చెప్పాం. ఒక రోజు పార్కులో సరదాగా గడపాలనుందని చెప్పింది. చాలామంది పిల్లలు డిస్నీవర్ల్డ్‌కో, బీచ్ బాల్ చూసేందుకో, వెళ్తామంటారని ఆ పిల్లతో చెప్పాం. దానికి ఆ పిల్ల నవ్వి, 'అది మంచిదే, కానీ నాకు మాత్రం ఒకరోజు పార్కులో సరదాగా గడపాలని ఉంది,' అంది.

"ఎమిలీని చూస్తే ఆస్పత్రిలో ప్రతిఒక్కరికీ ఎంతో ప్రేమ అనీ, అందరి జీవితాల్లో ఆ పిల్ల ఎంతో మార్పు తీసుకువచ్చిందనీ, ఆ యువతి చెప్పింది. సరిగ్గా అప్పుడే ఎమిలీ ఉయ్యాల మీంచి దిగి, నెమ్మదిగా గడ్డిమీంచి నడిచివచ్చి, మా ఇద్దరి మధ్యా, బెంచిమీద కూర్చుంది. నావైపు చూసి ఆ పిల్ల నవ్విన నవ్వు నేనీ జన్మలో మర్చిపోలేను. తన పేరు ఎమిలీ అనీ, ఆరోజు పార్కులో గడిపేందుకు ప్రత్యేకంగా వచ్చాననీ చెప్పింది. నాకు కూడా అది పార్కులో ప్రత్యేకమైన రోజా, అని అడిగింది. అలాంటిదేమీ లేదని చెప్పాను. అప్పుడా పిల్ల నవ్వి, తనకి దొరికిన ఆ ప్రత్యేకమైన రోజుని కావాలంటే నేను కూడా పంచుకోవచ్చని చెప్పింది.

"అలా ఆ రోజంతా నేను ఎమిలీతో ఆ పార్కులో గడిపాను, మిస్టర్ హామిల్టన్. ఇంకే మనిషిలోనూ నేను చూడని ధైర్యం, ఆనందం ఆ ఏడేళ్ల చిన్ని శరీరంలో చూశాను.

"సాయంకాలానికల్లా ఎమిలీ బాగా అలిసిపోయింది. ఆస్పత్రినించి వచ్చిన ఆ యువతి ఆ పిల్లని చక్రాలకుర్చీలో కూర్చోబెట్టుకుని తీసుకెళ్లిపోవలసి వచ్చింది. కానీ, వెళ్లిపోయేముందు, తను ఆస్పత్రిలో నర్సులతో మాట్లాడి నాకోసం ప్రత్యేకంగా ఆ పార్కులో గడిపే వీలుంటుందేమో చూస్తానంది, ఎమిలీ."

జేసన్ కాస్త ఆగి నావైపు సూటిగా చూశాడు. అతనికంట్లో ఒక కన్నీటి చుక్క కనిపించింది. నేను కూడా నా భావాలని బైటపడనీయకుండా శతవిధాల ప్రయత్నిస్తూ ఉండిపోయాను. మిస్ హేస్టింగ్స్ టిస్యూ పేపర్లున్న అట్టపెట్టెని అందుకుంటూ, ఆ రుతువులో తనకి జలుబు లాంటిది రావటం గురించి ఏదో అంది. ముగ్గురం మౌనంగా కూర్చుని ఒక చిన్నపిల్లకున్న సమస్య మమ్మల్ని ఎంత లోతుగా కదిలించగలిగిందా, అని ఆలోచించసాగాం.

చివరికి జేసన్ గొంతు సవరించుకుని, కళ్లు తుడుచుకుని చెప్పటం కొనసాగించాడు, "అదే వారంలో ఒక రోజు మా ఇంటి ముందున్న పేవ్‌మెంటు మీద ఒక మధ్యవయస్కుడు నడిచివెళ్లటం చూశాను. నేను నా కారువైపు వెళ్లటం అతను గమనించి, చిరునవ్వు నవ్వుతూ నన్ను సమీపించాడు. నాకేసి చెయ్యిజాపి, తన పేరు బిల్ జాన్సన్ అని చెప్పాడు. నా కారంత అందమైన కార్లని చాలా తక్కువ చూశానని అన్నాడు. ఆ చుట్టుపక్కల ఉండేవారికి అవసరమైన చిన్న చిన్న పనులు చేసి పెడుతూ అక్కడే ఉంటానని అన్నాడు. నా కారులాంటి కారుని కడిగే పని తనకి అప్పజెపితే, తనకి చాలా గొప్పగా అనిపిస్తుందని అన్నాడు.

"అతనలా చిన్నా చితకా పనులు ఎందుకు చేస్తున్నాడని అడిగాను. కంపెనీలు వరసగా ఉద్యోగాల్లోంచి తీసేస్తూ రావటం వల్ల తనకీ, తన భార్యకీ ఉద్యోగాలు ఊడాయనీ, తమకి ముగ్గురు చిన్న పిల్లలు ఉన్నారనీ చెప్పాడతను. జీవనోపాధి కోసం తనూ, తన భార్యా ఏపని దొరికితే ఆ పని చేస్తున్నామని అన్నాడు. బహుశా వాళ్లు పొదుపు చేసిన డబ్బంతా అయిపోయినట్టుంది, అందుకే ఏ పూటకాపూట ఏదో ఒక పని చేసి పొట్టనింపుకుంటున్నారనిపించింది. సరిపోయేంత డబ్బు దొరక్కపోతే ఏం చేస్తారని అడిగితే, అతను నవ్వి, అలా ఎప్పుడూ జరగలేదనీ, డబ్బు సమస్య తమ కుటుంబానికి కొన్ని ఆసక్తికరమైన పరిస్థితులని కల్పించిందనీ చెప్పాడు. ఇంతకుముందు ఎన్నడూ లేనంతగా ఇద్దరికీ కలిసి గడిపేందుకు సమయం దొరుకుతోందనీ, తమ పిల్లలకి కూడా డబ్బు విలువా, పనిచెయ్యటం తాలూకు విలువా తెలిసివచ్చాయనీ అన్నాడు.

"కొద్దిగా ఓట్స్ తప్ప ఇంకేమీ లేకుండాపోయిన ఒకరోజుని తల్చుకుని అతను నవ్వాడు. చేసేదేమీ లేక చేతులెత్తేద్దాం అనుకుంటూండగా అతనికి తన భార్య పిల్లలతో

ఏదో చెప్పటం వినిపించింది. పాతకాలంలో పడమటి దేశంలో ఎందరో సిపాయిలు ఓట్స్ మాత్రమే తిని బతికారని ఆమె చెపుతోంది. తమ దగ్గర ఎంత డబ్బున్నా ఆ తరవాత తన కడపిల్లలిద్దరూ ఇకమీదట ఓట్స్ మాత్రమే కావాలంటారని అతనన్నాడు."

జేసన్ చాలాసేపు మాట్లాడకుండా ఆపేసి, సరైన పదాలకోసం తడుముకుంటూ ఉండిపోయాడు. ఆ తరవాత మళ్లీ చెప్పటం మొదలుపెట్టాడు, "తనూ, భార్యా, తన కుటుంబం ఎన్ని అద్భుతమైన విషయాలు నేర్చుకుంటున్నారో, కలిసి ఎలా పనిచేస్తున్నారో వివరంగా చెప్పాడు. అతను నా కారుని కడగటం మొదలుపెట్టాడు, అతను అడిగినంతా నేనతనికి ఇచ్చాను. ఇంకా ఎక్కువ డబ్బిస్తానంటే అతను తీసుకోలేదు.

"అతను వెళ్లిపోయేప్పుడు, అతని పరిస్థితికి నేను జాలిపడుతున్నానని అన్నాను. తన అద్భుతమైన నవ్వుని చిందిస్తూ, ఈలోకంలో తనంతటి అదృష్టవంతుడు ఇంకొకడుంటాడని అనుకోవటం లేదని అన్నాడు నాతో. ఈ మొత్తం ప్రపంచంలో తను ఉన్న పరిస్థితి కాకుండా ఇంకొకరితో తన జీవితాన్ని మార్పిడి చేసుకోవటానికి కూడా అతను ఇష్టపడలేదు.

జేసన్ లోతైన ఆలోచనల్లో మునిగిపోయినట్టు కనిపించాడు. ఆఖరికి ఇలా అన్నాడు, "అసలు తమాషా ఏమిటో తెలుసా, మిస్టర్ హామిల్టన్? ఈ లోకంలో ఇంకెవరిలాగానూ తనకి ఉండాలని అతను చెపుతున్నప్పుడు, నేను మనసులో, చాలా విధాలుగా నాకు అతనిలా బతకాలనుంది, అనుకున్నాను."

మిస్ హేస్టింగ్స్ మా ముగ్గురికీ మూడు గ్లాసుల్లో మంచినీళ్లు తెచ్చింది. జేసన్ ఒక గుక్క తాగి మళ్లీ చెప్పటం మొదలుపెట్టాడు.

"మర్నాడు, నేను ఒక శ్మశానం గేటు పక్కనుంచి కార్లో వెళ్తున్నాను. నేను ఎప్పుడూ చూడనంత పెద్ద శవయాత్ర నాకు అక్కడ కనిపించింది. దాన్ని గురించి నేను పెద్దగా పట్టించుకోలేదు. కానీ అదేరోజు నేను మళ్లీ ఆదారంట వెనక్కి వస్తున్నప్పుడు, కొంచెం కుతూహలం కలిగింది. లోపలికెళ్లి అక్కడ పనిచేసేవాళ్లెవరినైనా, ఆరోజు ఎవరైనా గొప్ప వ్యక్తి శవం అక్కడికి వచ్చిందా అని అడగాలనుకున్నాను. కారు శ్మశానం లోపలికి పోనిచ్చి, చుట్టూ చూశాను. సమాధి పక్కనే నిలబడి ఉన్న ఒక ముసలాయన తప్ప నాకక్కడ ఇంకెవరూ కనబడలేదు. నేను శవయాత్రని చూసి కొన్ని గంటలు గడిచిపోవటం వల్ల, ఆయన కావాలనే అక్కడ ఉండిపోయాడని అనుకున్నాను.

"నేను కారుదిగి ఆ వయోవృద్ధుడి దగ్గరకి వెళ్లాను. తన వెనక నా అడుగుల చప్పుడు విని ఆయన వెనక్కి తిరిగి చూశాడు. ఆయన ఏకాంతాన్ని భంగం చేసినందుకు క్షమాపణ కోరుకుంటూ అసలు విషయం చెప్పాను. ఆరోజు ఉదయం నేను చూసిన పెద్ద శవయాత్ర గురించి ప్రస్తావిస్తూ, ఆ చనిపోయిన వ్యక్తి బాగా పేరుప్రతిష్ఠలున్న వాడా, లేక ఎవరైనా సూపర్‌స్టారా అనే సంగతి మీకు తెలుసా, అని అడిగాను.

"ఆయన మెత్తగా నవ్వుతూ, నేను సరిగ్గానే ఊహించాననీ, చనిపోయిన వ్యక్తి

పేరుప్రతిష్ఠలున్న సూపర్‌స్టారే అనీ చెప్పాడు. ఆ విషయం తనకి కచ్చితంగా తెలుసనీ, ఎందుకంటే ఆమెతో తను దాదాపు అరవైయేళ్లు కలిసి జీవించాననీ అన్నాడు. ఆమె నలభై యేళ్లపాటు స్కూల్లో అధ్యాపకురాలిగా పనిచేసింది, ఆవిడ ప్రభావం ఎంతమంది విద్యార్థుల మీద ఉందంటే, దేశం నలుమూలల నుంచీ ఆమె దగ్గర చదువుకున్న కొన్ని వందలమంది విద్యార్థులు ఆమె శవయాత్రలో పాల్గొనేందుకు వచ్చారు. అందుకే ఆవిడ పేరున్న వ్యక్తి అనీ, సూపర్‌స్టారనీ అనుకుంటున్నానని ఆయన అన్నాడు.

"తన జీవితంలో అన్నిటికన్నా చెడ్డరోజున ఆయన్ని ఇబ్బంది పెట్టినందుకు క్షమాపణ చెప్పాను. తనధోరణిలో మళ్లీ మెత్తగా నవ్వి, నా జీవితంలో మార్పు తప్పకుండా వస్తుంది. కానీ డొరొతీతో అరవైయేళ్లు కలిసి జీవించిన వారి జీవితంలో చెడ్డరోజనేది ఉండదు, అన్నాడు. 'నేనిక్కడ నిలబడి డొరొతీకి తను చేసిన పనులన్నిటికీ ధన్యవాదాలు తెలుపుకుంటున్నాను. నేను తనని నిరాశ పరచనని మాట కూడా ఇచ్చాను,' అన్నాడాయన."

జేసన్ మరోగుక్క నీళ్లు తాగి మిస్ హేస్టింగ్స్ వైపూ, నావైపూ చూసి, ఇలా అన్నాడు, "ఆ ముసలాయన తన చేతిని నా భుజం చుట్టూ వేసి, నాతో కలిసి శ్మశానం బైటికి నడిచాడు. నేను నా కారులోకి ఎక్కబోతూంటే, నాకేమైనా కావల్సివస్తే తను చెయ్యగలననీ, తన ఇంటికి రమ్మనీ అన్నాడు. నేను నా కారులోనే కూర్చుని ఆయన నెమ్మదిగా తన కారు నడుపుకుంటూ వెళ్లటం చూస్తూ ఉండిపోయాను."

అంతటితో అతను చెప్పదల్చుకున్నది అయిపోయినట్టు జేసన్ మౌనంగా ఊరుకున్నాడు. నేను కాసేపు వేచి చూశాను, కానీ అతనేమీ మాట్లాడలేదు. చివరికి నేనే, "జేసన్, చాలా పెద్ద సమస్యలో ఉన్న చిన్నపిల్ల నీకు దొరికింది, దాన్ని ఎవరైనా నవ్వుతూ ఎలా భరించగలరో నా ఊహకి అందటం లేదు. ఆర్థిక ఇబ్బందుల్లో చిక్కుకుని నానా అవస్థలూ పడుతున్న మధ్యవయస్కుడూ, అతని కుటుంబం నీకు కనిపించింది. వాళ్లు అన్ని కష్టాల్లో కూరుకుపోయి ఉన్నప్పటికీ, కలిసి మెలిసి, గౌరవంగా బతుకుతున్నారు. తన జీవితంలోని గొప్ప విషాదాన్ని సంతోషకరమైన సంఘటనలా మలుచుకున్న వయోవృద్ధుణ్ణి చూశావు. కానీ జేసన్, నువ్వొక యువకుణ్ణి కూడా వెతకాల్సి ఉంది కదా?" అన్నాను.

జేసన్ గొంతు సవరించుకుని, ఎలాగైతేనేం మళ్లీ మాట్లాడసాగాడు. "మిస్టర్ హేమిల్టన్, నేనొక యువకుణ్ణి కూడా వెతకాలని నాకు తెలుసు. ఈ నెలరోజుల్లో అలాంటి యువకులూ, యువతులూ చాలామందే నాకు తారసపడ్డారు. కానీ ఒక విషయం మీ దగ్గర ఒప్పుకోవాలనుకుంటున్నాను, తమకున్న సమస్యల ద్వారా నేను నేర్చుకున్నంతగా ఇంకే యువకుడూ, యువతీ నేర్చుకోలేదన్నదే నిజం. నేను జీవితమంతా స్వార్థచింతనతో, నాగురించి తప్ప వేరే ఆలోచన లేకుండా బతికాను. వాస్తవ ప్రపంచంలో రక్తమాంసాలతో ఉన్న మనుషులకి నిజమైన సమస్యలుంటాయని గ్రహించలేకపోయాను. ఎప్పుడూ అలాంటివాళ్లు వార్తల్లోనో, సినిమాల్లోనో మాత్రమే ఉంటారని అనుకునేవాణ్ణి.

"కానీ మీ వల్లా, మా తాతయ్య రెడ్ వల్లా చివరికి ఒక విషయం తెలుసుకున్నాను. అందుకు మీకు ధన్యవాదాలు తెలుపుకోవాలి. సమస్యలనించి నన్నెప్పుడూ కాపాడుతూ వచ్చాడు మా తాతయ్య. ఈ నెల నేను కలుసుకున్న వాళ్లు నేర్చుకుంటున్న అద్భుతమైన పాఠాలని నేనెన్నడూ నేర్చుకోలేదు. సమస్యల నుంచి తప్పించుకోవటం, దాన్ని ఇంకెవరో పరిష్కరిస్తారులే అని వదిలెయ్యటం వల్ల ఎప్పుడూ ఆనందం లభించదు. ఒక సమస్యని అధిగమించటం వల్లో, లేదా ఆనందంగా ఉంటూ దాన్ని అనుభవిస్తూ బతికెయ్యటం నేర్చుకోవటం వల్లో అది లభిస్తుంది."

మిస్ హేస్టింగ్స్‌కి మళ్లీ జలుబు లాంటివి వచ్చినట్టున్నాయి, ఆ క్షణాన ఆమె తన కళ్లనీ, ముక్కునీ తుడుచుకోవటం మొదలుపెట్టింది.

చివరికి జేసన్, "ఈ నెలలో నేను వెతికి పట్టుకోవలసిన నలుగురిలో ఒకరిగా సేవలందించటం, మీ ఉద్దేశంలో సరైన పనే అంటారా?" అని అడిగాడు.

అలా చెయ్యటంవల్ల రెడ్ స్టీవెన్స్ తయారుచేసిన ఆఖరి వీలునామా తాలూకు ఆశయాలు చక్కగా నెరవేరుతాయనీ, ఆయన ఉత్తరంలో కోరిన విషయాలు కూడా జేసన్ తీర్చగలుగుతాడనీ, నేనతనికి హామీ ఇచ్చాను.

జేసన్ తన చేతి గడియారం చూసుకుని, "ఇక్కడ వ్యవహారం ముగిసిపోతే, నేను ఫలానా టైముకి కలుస్తానని ఒకరికి మాటిచ్చాను, అక్కడికి త్వరగా వెళ్లాలి," అన్నాడు.

ఏం పరవాలేదు, వెళ్లమని అతనికి చెప్పాను. అతన్ని తలుపు దాకా సాగనంపుతూ, మిస్ హేస్టింగ్స్ "ఎక్కడికి అంత హడావిడిగా వెళ్తున్నావు, జేసన్?" అని అడిగింది.

"నేనొక ముఖ్యమైన స్నేహితురాలిని, పార్కులో ఉయ్యాల దగ్గర కలుసుకోవాలి. మీ ఇద్దర్నీ రేపు కలుస్తాను," అన్నాడు జేసన్.

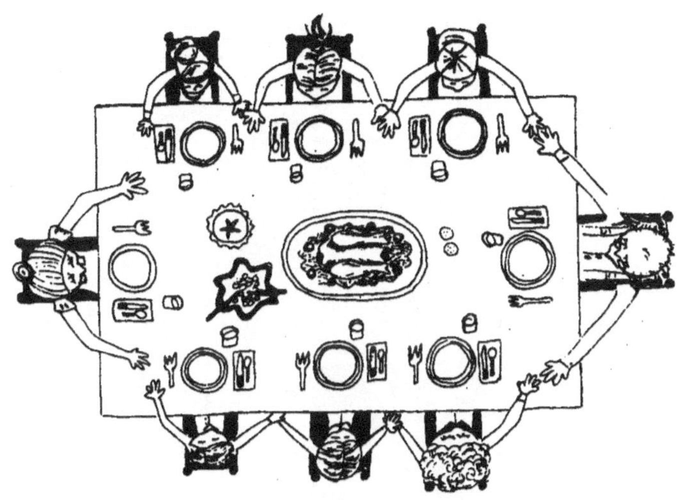

కుటుంబం అనే కానుక

కొంతమందికి పుట్టుకతోనే అద్భుతమైన కుటుంబాలు అమరుతాయి.
ఇంకొందరు ప్రయత్నించి వాటిని సృష్టించుకోవాలి.
కుటుంబసభ్యుడిగా ఉండటం అనే సభ్యత్వం అమూల్యమైనది.
దానికి ప్రేమ తప్ప ఇంకెటువంటి ధరా చెల్లించక్కర్లేదు.

అధ్యాయం ఎనిమిది

మర్నాడు మా నెలసరి సమావేశానికి మిస్ హేస్టింగ్స్, జేసన్, నేనూ కాన్ఫరెన్స్ గదిలో చేరాం. నెలనెలా ఇలా కలవటం నాకు చాలా బాగా ఉన్నట్టు అనిపించసాగింది. మామా స్థానాల్లో ముగ్గురం కూర్చున్నాం. మిస్ హేస్టింగ్స్ వీడియో టేప్ ఆన్ చేసింది. వచ్చే నెల జేసన్‌కి నా స్నేహితుడు ఎటువంటి పని అప్పజెపుతాడా అనే ఆలోచనలో పడ్డాను నేను.

రెడ్ స్టీవెన్స్ ఆప్యాయంగా మమ్మల్ని పలకరించాడు, "హలో! సమస్యలు అనే కానుక విలువని తెలుసుకున్నందుకు అభినందనలు. ఆ పాఠం జీవితాంతం నీకు బాగా పనికి వస్తుంది. నువ్వు జీవితంలో బాగు పడేందుకు మనం ప్రారంభించిన ఈ ఏడాదిపాటు నేర్చుకునే పాఠాలు మొదలుపెట్టి ఆరు నెలలైంది. ఈనెల, కుటుంబం అనే కానుకని అర్థం చేసుకుని గౌరవించటం మొదలుపెట్టబోతున్నావు.

"జేసన్, మన కుటుంబం ఎంత గందరగోళంగా తయారైందో నాకు అర్థమైంది. దానికి నాదే పూర్తి బాధ్యత అని ఒప్పుకుంటున్నాను. ఏదేమైనా, కుటుంబ పరిస్థితులు అద్భుతంగా ఉన్నా, అధ్వాన్నంగా ఉన్నా, వాటినించి మనం చాలా నేర్చుకోవచ్చు. మన కుటుంబాలనించి మనకి కావల్సినవి మనం నేర్చుకోవచ్చు, కానీ దురదృష్టవశాత్తూ జీవితానికి పనికిరానివీ, అక్కర్లేనివీ మాత్రమే మనం నేర్చుకుంటాం. ఈలోకంలో ఉండే యువకులందరిలో నిన్నే నేను ఎంచుకున్నాను. నువ్వు నా మనవడివి కాబట్టి, ఈ బరువైన బాధ్యతని మిస్టర్ హామిల్టన్‌కి అప్పజెప్పాను. నీమీద నాకింత శ్రద్ధ ఎందుకని అర్థం చేసుకోవటం నీకు కష్టంగా తోచచ్చు, కానీ అది నాకు చాలా ముఖ్యమని నువ్వు తెలుసుకోవాలన్నది నా కోరిక.

"కుటుంబాలు మనకి మన మూలాలూ, వారసత్వం, మన గతం అందజేస్తాయి. భవిష్యత్తులోకి ప్రయాణం చేసేందుకు అవే మనని ముందుకి తోస్తాయి. ఒక

కుటుంబంలో మనుషుల మధ్య ఉండే సంబంధాలకన్నా బలమైనది ఈలోకంలో మరొకటి లేదు. ఆ సంబంధం కేవలం ప్రేమవల్ల ఏర్పడుతుంది. అన్నిటికన్నా ప్రేమకే ఎక్కువ ప్రాధాన్యం ఇచ్చినట్టయితే ఆ సంబంధం ఎటువంటి ఒత్తిడినైనా ఎదుర్కోగలదు.

"కుటుంబాలు రకరకాల ఆకారాల్లో, పరిమాణాల్లో ఉంటాయని నువ్వు గ్రహించాలి. కొంతమందికి జీవితాంతం తాము పుట్టిన కుటుంబంలో భాగంగా బతికే అదృష్టం కలుగుతుంది. మిగతావాళ్లు, నీలాగ - కొన్ని పరిస్థితులవల్ల - పేరులో తప్ప ఇంకే రకంగానూ కుటుంబంతో సంబంధం లేకుండా ఉండిపోతారు, జేసన్! అలాంటివాళ్లు బైటికెళ్లి తమకంటూ ఒక కుటుంబాన్ని సృష్టించుకోవలసి ఉంటుంది.

"ఇది నీకు వింతగా అనిపించచ్చు, కానీ ఈ నెలాఖరులోపల నేను చెప్పేదేమిటో నువ్వు అర్థం చేసుకోగలుగుతావనే అనుకుంటున్నాను. ఈ నెల్లో నువ్వూ, మిస్టర్ హామిల్టన్, మిస్ హేస్టింగ్స్, ఇంకో చోటికి ప్రయాణం చెయ్యబోతున్నారు. తమకంటూ ఒక కుటుంబం లేనివాళ్లని కలుసుకోబోతున్నారు. ఆ రకంగా, ఒక కుటుంబం అందించగల విలువలని నువ్వు గ్రహిస్తావని ఆశిస్తున్నాను.

"నెలాఖరికి, కుటుంబం అనే కానుకకి అర్థం ఏమిటో నీకు తెలిసిందని మిస్టర్ హామిల్టన్‌కి చెప్పమనీ ఉదాహరణలతో చూపించమనీ నేను నిన్ను అడుగుతాను.

"నీ ప్రయాణానికి సంబంధించిన వివరాలన్నీ మిస్టర్ హామిల్టన్ దగ్గరున్నాయి. ఈ లక్ష్యాన్ని కూడా నువ్వు సాధిస్తావని నమ్ముతున్నాను. వచ్చే నెల మళ్లీ నీతో మాట్లాడతాను."

జేసన్ నావైపు చూసి, "మనం ఎక్కడికి వెళ్లబోతున్నామో, ఏం చెయ్యబోతున్నామో, ఎవరిని కలవబోతున్నామో, నాకు మీరు ఇప్పుడే చెప్పరు కదా?" అన్నాడు.

నేను నవ్వి, "అంతా సమయం వచ్చినప్పుడు చెపుతాలేవోయ్. నీకు ఎంత వరకూ చెప్పాలో, ఎప్పుడు చెప్పాలో కూడా వీలునామాలో ఉంది," అన్నాను.

మిస్ హేస్టింగ్స్ కల్పించుకుని, "ఉదయం ఏడున్నరకల్లా ఇంటిదగ్గర నిన్ను పికప్ చేసుకోటానికి అన్ని ఏర్పాట్లూ చేసేశాం. కారులోనే ఎన్నో గంటలు ప్రయాణం చేస్తాం. ఇక్కడ బోస్టన్‌లో ఉన్నలాంటి వాతావరణంలోనే ఒక నెలరోజులు ఉండేందుకు సిద్ధంగా ఉండు," అంది.

మర్నాడు ఉదయం మిస్ హేస్టింగ్స్, నేనూ ఒక పెద్ద లిమౌజీన్ కారు వెనక సీట్లో సుఖంగా కూర్చున్నాం. ఈ ప్రయాణం కోసం ప్రత్యేకంగా నియమించిన, ఒడ్డూపొడుగూ ఉన్న డ్రైవర్ కారుని నడుపుతున్నాడు. రాజభవనం లాంటి జేసన్ ఇంటి ముందు కారు ఆపాం. ఆ భవనాన్ని అతని తాత ట్రస్టు నిధిలోంచి తీసిన డబ్బుతో అతనికోసం కొన్నాడు.

మా డ్రైవర్ కారు దిగి జేసన్ ఇంటి వీధి గుమ్మం దగ్గరకెళ్ళాడు. అతను జేసన్ రెండు సూట్‌కేసులనీ ఒక చేత్తో అవలీలగా మోసుకుంటూ, జేసన్‌ని కారు దగ్గరకి

వెంటపెట్టు కొచ్చాడు. ఆ పర్వతాకారుణ్ణి చూసి జేసన్ కాస్త బెదిరినట్టు కనిపించాడు, డ్రైవర్ అతని కోసం వెనక తలుపు తీశాడు. కారులో మిస్ హేస్టింగ్స్, నేనూ ఉండటం చూశాక అతని మనసు కాస్త కుదుటపడినట్టు కనిపించింది.

"ఆ ఆజానుబాహువు ఎవరు?" అని అడిగాడు జేసన్.

మిస్ హేస్టింగ్స్ ఆనందంగా, "ఓ, నువ్వనేది నాథన్ గురించా? ఈ ప్రయాణం కోసమనే అతన్ని ఎంచుకున్నాం. చాలా మంచి వాడతను," అంది.

"అంటే? నాకర్థం కాలేదు!" అన్నాడు జేసన్.

మిస్ హేస్టింగ్స్ నవ్వేసి కప్పులోంచి కాఫీ తాగసాగింది.

నేను పక్కకి తిరిగి జేసన్‌కి షేక్ హ్యాండిచ్చాను. "గుడ్ మార్నింగ్, జేసన్! సమయం వచ్చినప్పుడు నువ్వే అన్నీ తెలుసుకుంటావు. ప్రస్తుతానికి నువ్వు హాయిగా సీటులో జారబడి కూర్చో. మనం చేరవలసిన చోటు దరిదాపుల్లోకి రాగానే నీకు కొన్ని వివరాలు చెపుతాను," అన్నాను.

బోస్టన్ నించి ప్రయాణమైన తరవాత మా కారు అందమైన దారిలో ముందుకి సాగింది, తూర్పు మసాచుసెట్స్ మీదుగా న్యూహాంప్‌షైర్‌కి వెళ్లాం. సముద్రతీరంలో ఉత్తరదిశగా తిరిగిన వెంటనే మా ప్రయాణం గురించి వివరాలు జేసన్‌కి చెప్పటం మొదలుపెట్టాను.

"ఇంకొంత సేపట్లో మనం మెయిన్ అనే స్టేట్‌లోకి ప్రవేశించబోతున్నాం. మనం ఒక అడవి గుండా ఎన్నో మైళ్లు ప్రయాణం చేయబోతున్నాం. ఆ అడవి ఒక వ్యక్తి సొంతం. తరవాత రెడ్ స్టీవెన్స్ హోమ్ ఫర్ బాయ్స్‌కి చేరుకుంటాం. రాబోయే నెలరోజుల పాటు నువ్వు అక్కడ 'అద్దె తండ్రిగా' ఉండాలి. అప్పుడు అక్కడే నివాసముంటున్న తండ్రికి నువ్వు ప్రత్యామ్నాయంగా అక్కడ ఉంటే, ఎన్నాళ్లుగానో సెలవుకోసం ఎదురుచూస్తున్న అతను, ఎటైనా వెళ్లేందుకు అవకాశం దొరుకుతుంది. అలాగే, ఆరేళ్ల వయసునించీ పదహారేళ్ల వయసు వరకూ అక్కడ ఉన్న ముప్పై ఆరు మంది కుర్రాళ్లతోనూ పరిచయం ఏర్పరచుకోవటానికి నీకు కూడా మంచి అవకాశం దొరుకుతుంది."

జేసన్ అనుమానంగా నాకేసి చూస్తూ, "నేను నేర్చుకోబోయేది కుటుంబం గురించి అనుకున్నానే. అనాథ పిల్లల గుంపుతో గడిపితే కుటుంబం గురించి నేను నేర్చుకోగలనని ఆ ముసలాయన ఎలా అనుకున్నాడు?" అన్నాడు.

"నువ్వు ఎంతో గొప్పగా ముసలాయన అన్న ఆ మనిషి ముప్పై ఏళ్ల క్రితం ఈ ఇంటిని ప్రారంభించి, అప్పట్నించీ దీనికయే ఖర్చులన్నిటినీ తనే భరిస్తూ వచ్చాడు. ఆయనకి ఈ ఇంటి గురించి క్షుణ్ణంగా తెలుసు, ఇక నీకోసం ఆయన తయారుచేసిన పాఠాలు నీకు ఇక్కడే దొరుకుతాయని నేను హామీ ఇవ్వగలను. నువ్వు ఎటువంటి

సంకోచాలూ మనసులో పెట్టుకోకుండా, వాటిని ఇక్కడ కనుక్కోగలవని, నీ మంచికోసమే, ఆశిస్తున్నాను."

"అయినా, అదెలా సాధ్యమో నాకేమీ అర్థం కావటం లేదు!" అని గొణిగాడు, జేసన్.

"ఏమైనా, నీకీ నెలలో ఒక అరుదైన అనుభవం దొరకబోతోంది. మీ తాతయ్య చనిపోతున్నప్పుడు ఈ సంస్థకి నన్ను చెయిర్‌మాన్‌ని చేశాడు కాబట్టి మిస్ హేస్టింగ్స్, నేనూ ఆఫీసులో ఈ నెలరోజులూ, మా పనిచేస్తూ ఇక్కడే ఉంటాం. కొంతమంది దాతలకి సంబంధించిన వ్యవహారాలనీ, వచ్చే ఏడాదికి సంబంధించిన బడ్జెట్ వివరాలనీ కొంచెం చూడాల్సి ఉంది."

కొన్ని క్షణాల తరవాత మేం మైన్‌రోడ్డుని వదిలి కంకరరోడ్డులోకి తిరిగాం. గ్రామీణులు రోడ్డువార పెట్టిన ఒక బోర్డుని దాటాం. దానిమీద స్టీవెన్స్ బాలల వసతిగృహం, అని రాసి ఉంది. కొంతసేపటికి మా అద్భుతమైన డ్రైవర్, నాథన్, లిమొజీన్‌ని ఒక ఆవరణలో తీసుకెళ్లి ఆపాడు. ఆ ఆవరణని చుట్టి ఎన్నో కట్టడాలున్నాయి. వాటిలో భోజనాల హాలు, డార్మిటరీ, క్లాసు రూములున్న భవనం, వ్యాయామం చేసేందుకు జిమ్, ఇక అక్కడి వ్యవహారాలు చూసేందుకు ఒక ఆఫీసు భవనం ఉన్నాయి.

నాథన్ లిమొజీన్‌లోంచి దిగి, మేం ముగ్గురం దిగేందుకు వెనక తలుపు తెరిచాడు. అతను డిక్కీలోంచి సామాన్లు తీస్తున్నప్పుడు డార్మిటరీ తలుపు హఠాత్తుగా తెరుచుకుంది. చిన్న కుర్రాళ్ల ఒక పెద్ద గుంపు నాథన్ దగ్గరకి పరిగెత్తుకొచ్చి అతన్ని చుట్టుముట్టింది. చాలా మంది పిల్లవాళ్లని అతను పైకి గాల్లోకి ఎత్తాడు. కొంతమందిని అక్కున చేర్చుకున్నాడు, ఇంకా కొంతమంది చేతులు చరిచాడు. వాళ్లందరూ అతన్ని పేరుపెట్టి పిలుస్తూ, అతను వచ్చినందుకు చాలా సంతోషంగా ఉత్సాహం చూపించారు.

చివరికి నాథన్ మాట్లాడడం మొదలుపెట్టాడు, దాంతో ఆ ఉత్సాహం కాస్త అణిగింది. అతని గొంతులో ఉన్న భావమేదో గాని దాన్ని పట్టించుకోకుండా ఉండటం కష్టం. "ఇక మనమందరం డార్మిటరీలోకెళ్దామా? అన్నీ సర్దుకోవాలి మరి, ఈ నెల్లో మీకొక కొత్త నాన్న వచ్చాడుగా!" అన్నాడు నాథన్.

పిల్లలు వెంటనే అతని మాట విని లోపలికి పరిగెత్తారు. పెద్ద బరువు మోస్తున్నట్టు కనిపించకుండానే అన్ని సామాన్లూ ఒకేసారి మోసుకెళ్లాడు నాథన్. మా ముందుండి డార్మిటరీలోకి దారితీశాడు. ఒక్కో గోడకీ వరుసగా రెండేసి మంచాలు ఒకదానిమీద మరొకటి ఉన్నాయి. రెండిటి మధ్యలోనూ లాకర్లు ఉన్నాయి.

మొదటి మంచంమీద జేసన్ సామాన్లు పడేసి, నాథన్, "రండి, ఇంకో నెలరోజుల పాటు మీరుండబోయే భవంతి ఇదే. మిస్టర్ హామిల్టన్, మిస్ హేస్టింగ్స్, ఆఫీసు బిల్డింగ్ పక్కనున్న ప్రైవేట్ అపార్ట్‌మెంట్లలో ఉంటారు," అన్నాడు.

మళ్లీ జేసన్‌వైపు తిరిగి, "మీరు సామాన్లు తీసి సర్దుకుని, అన్నీ అమర్చుకోండి. మీరు చెయ్యాల్సిన పనులు చాలా ఉన్నాయి," అన్నాడు నాథన్.

మరో ఇరవై నిమిషాలకి అందరం భోజనాల గదిలో కలుసుకోవాలని అనుకున్నాం. ఆఫీసు బిల్డింగ్ పక్కనే సౌకర్యాలన్నీ ఉన్న మా అపార్ట్‌మెంట్లకి నాథన్, మిస్ హేస్టింగ్స్‌నీ, నన్నూ వెంటపెట్టుకెళ్లాడు.

అనుకున్న సమయానికి అందరం ఒక పొడుగాటి బల్లకి ఒక కొసన భోజనాల గదిలో కూర్చున్నాం. చాలామంది వరసగా వచ్చి తమకోసం ప్రత్యేకంగా కేటాయించిన చోట్లల్లో కూర్చున్నారు. వాళ్లు చాలా ఉత్తేజితులై మాట్లాడుకుంటూ, వాళ్లు రోజూ కూర్చునే బల్లకి ఒక చివర్న మేం కూర్చునుండటం వల్ల మా ముగ్గురి వైపూ కుతూహలంగా చూడసాగారు.

చాలాసేపటికి, నాథన్ లేచి నిటారుగా నిలబడ్డాడు. అతని ఎత్తు అందర్నీ ఆకట్టుకునేలా కనిపించింది. కనీసం ఆరడుగుల ఎనిమిదంగుళాలు అనుకున్నాను. అతనలా నిలబడగానే పిల్లలు నిశ్శబ్దం అయిపోయారు. నాథన్ మాట్లాడటం మొదలుపెట్టాడు.

"పిల్లలూ, మీ హౌస్ పేరెంట్, అంటే ఇప్పుడు మీకు నాన్నగా వ్యవహరిస్తున్న బ్రాడ్ నెలరోజులపాటు సెలవమీద వెళ్తున్నాడు. అతని బదులు జేసన్ స్టీవెన్స్ ఇక్కడ మీతో ఉంటాడు."

జేసన్ వైపు తిరిగి, "లేచి నిలబడండి, జేసన్!" అన్నాడు నాథన్.

జేసన్ నెమ్మదిగా లేచాడు. కుర్రాళ్లందరూ ముక్తకంఠంతో, "హాయ్, జేసన్!" అన్నారు.

జేసన్ గొంతు సవరించుకుని తడబడే గొంతుతో, "హాయ్!" అని వెంటనే కూర్చుండిపోయాడు.

నాథన్ పిల్లలతో మాట్లాడటం కొనసాగించాడు, "మిస్టర్ హామిల్టన్, మిస్ హేస్టింగ్స్ కూడా నెలరోజులపాటు మనతోనే ఉంటారు. మిస్టర్ స్టీవెన్స్‌తో కలిసి మన డైరెక్టర్లతో మాట్లాడానికి వీళ్లు వచ్చిన సంగతి మీలో కొందరికి గుర్తుండే ఉంటుంది. వీళ్లు చాలా ఉత్తములు. వీళ్లిక్కడికి రావటం మనం చేసుకున్న అదృష్టం."

ఆ తరవాత నాథన్ తలవంచి భోజనం తినేముందు ధన్యవాదాలు తెలిపాడు. కుర్రాళ్లందరూ అతన్ని అనుసరించారు. భోంచేస్తున్నంత సేపూ చాలా మర్యాదగా, గౌరవంగా ప్రవర్తించారు.

మేం భోజనాన్ని ఆస్వాదిస్తూండగా నాథన్‌ని, "మీరు ఇంతకు ముందు కూడా ఇక్కడికొచ్చారా?" అని అడిగాడు జేసన్.

నాథన్ నవ్వి ఇలా అన్నాడు, "నువ్వు నమ్మవేమో గాని, మొదటిసారి నేనిక్కడికి వచ్చినప్పుడు, ఈ బల్ల దగ్గర ఉన్న అందరిలోకీ చిన్న పిల్లాడికన్నా నేను చిన్నవాడిని. చాలా

అనాథాశ్రమాలు మారాను, కానీ నా చిన్నతనంలో జరిగిన మంచి సంఘటనలన్నీ ఇక్కడే జరిగాయని మాత్రం గుర్తుంది.

“అయితే మీరిప్పుడు ఇక్కడ పనేమైనా చేస్తున్నారా?” అన్నాడు జేసన్.

నాథన్ నవ్వాడు, అది చిన్నపాటి ఉరుములా ధ్వనించింది. “అవుననీ, కాదనీ కూడా అనాలి. చాలామంది నేను న్యూ ఇంగ్లండ్ పేట్రియాట్స్ ఫుట్‌బాల్ టీమ్‌లో ఎదురుదాడికి దిగే ఆటగాడినని అనుకుంటారు, కానీ అక్కడి నా పనులు అయిపోగానే, ఇక్కడికొచ్చి ఏవైనా ఉపయోగకరమైన పనులు చేసేందుకు ప్రయత్నిస్తాను,” అన్నాడు.

జేసన్ నిర్ఘాంత పోయినట్టు కనిపించాడు. “క్షమించండి, మీరు ఒక లిమౌజీన్ డ్రైవరేనని అనుకున్నాను,” అన్నాడు.

“ఊం, ఇవాళ నేను చేసే పని అదే, ఆ పని చేస్తున్నందుకు గర్వంగా కూడా ఉంది. రేపు ఇక్కడ ముఖ్యకార్య నిర్వాహకుడిగానో, క్రమశిక్షణ పరిశీలకుడిగానో పని చెయ్యచ్చు. నేను పెరిగి పెద్దయే తరుణంలో రెడ్ స్టీవెన్స్ దగ్గర ఒక విషయం నేర్చుకున్నాను, అవసరమైన పనులన్నిటినీ మనం చెయ్యాల్సిందే, అదే సరైన పద్ధతి.”

“సరే, మరి నేనిక్కడ ఏం చెయ్యాలి?” అని అడిగాడు జేసన్.

“మిస్టర్ స్టీవెన్స్ ఇచ్చిన నిర్దేశాల ప్రకారం మిస్టర్ హామిల్టన్ నాకు చెప్పిందేమిటంటే, ఇక్కడ మీరేం చెయ్యాలో పిల్లలే నిర్ధారిస్తారని. అందుకని, వాళ్లు భోజనం చెయ్యటం అయిపోయినట్టయితే, నేను మిస్టర్ హామిల్టన్‌నీ, మిస్ హేస్టింగ్స్‌నీ ఆఫీసు బిల్డింగ్‌లోకి వెంట తీసుకెళ్లి, పై ఏడాది బడ్జెట్ గురించి చర్చించాలి. ఇక్కడ మీ పాఠాలు కూడా మొదలవుతాయి,” అన్నాడు నాథన్.

జేసన్ వీపుమీద తన అతిపెద్దదైన చేత్తో చరిచి, మిస్ హేస్టింగ్స్‌నీ, నన్నూ, భోజనాల గదిలోంచి ఆఫీసు భవనం వైపు, బైటికి తీసుకెళ్లాడు నాథన్. గుమ్మం దాటుతూంటే వెనకనించి జేసన్ గొంతు వినిపించింది, “చూడండి, నాకేమీ అర్థం కాలేదు. ఇంతకుముందు ఎప్పుడూ పిల్లలతో వ్యవహరించిన అనుభవం లేదు నాకు.”

బల్లచుట్టూ ఉన్న కుర్రవాళ్లందరూ ఒక్కసారిగా పగలబడి నవ్వారు. మేం బైటికి నడుస్తున్నప్పుడు ఆ నవ్వు మాకు వినిపించింది.

ఆ తరవాతి నెలంతా, వచ్చే ఏడాదికి అవసరమైన చట్టసంబంధమైన పనులూ, బడ్జెట్ పనులూ చూసుకోవటంలో మిస్ హేస్టింగ్స్, నేనూ పూర్తిగా మునిగిపోయాం. ప్రతిరోజూ జేసన్ చేసే పనులని పరిశీలించేందుకు ఎన్నో అవకాశాలు దొరికేవి. అంతేకాక నాథన్ కూడా మాకు సమాచారం అందిస్తూ ఉంటానని అన్నాడు.

మొదట కొన్ని రోజులు జేసన్‌కి తను అక్కడ ఇమడలేనని అనిపించింది. కానీ చివరికి అతను ఒక తండ్రిగా, సోదరుడిగా, అధ్యాపకుడిగా, స్నేహితుడిగా అక్కడున్న ముప్ఫై,

నలభై మంది పిల్లలతో కలిసిపోయాడు. ఆఖరిరోజున, నాథన్ మా సామాన్లు కారులోకి ఎక్కిస్తున్నప్పుడు, కుర్రవాళ్లు ఒక్కొక్కరే జేసన్‌కి వీడ్కోలు చెప్పేందుకు బైటికొచ్చారు. ఒకర్నొకరు కావలించుకున్నారు, కన్నీళ్లు పెట్టుకున్నారు, జేసన్‌కి బోలెడన్ని కానుకలిచ్చుకున్నారు ఆ పిల్లలు. వాళ్ల ప్రాణాలకి అవి అమూల్యమైన కానుకలే. వాటిలో వంకర టింకరగా ఉన్న ఎన్నో రాళ్లూ, నాలుగు ఆకులున్న ఒక నిమ్మగడ్డిరెమ్మ, క్లోవర్, రకరకాల మొక్కలూ, ఇంకా అలాంటివి మరెన్నో ఉండటం నాకు కనబడింది.

నాథన్ ఆవరణలోంచి కంకర రోడ్డు మీదిగా లిమౌజీన్ నడుపుతూ మమ్మల్ని వెనక్కి తీసుకెళ్తున్నప్పుడు, జేసన్ వెనక్కి తిరిగి పిల్లలు కనుమరుగయేదాకా వాళ్లని చూస్తూ, చెయ్యి ఊపుతూనే ఉన్నాడు. కారు హైవేమీదికి వచ్చి బోస్టన్ వైపుకి సాగే వరకూ అందరం మౌనంగానే ఉన్నాం.

చివరికి జేసన్ నోరు విప్పి, "అసలు ఆశ్చర్యం ఏమిటో తెలుసా? ఆ కుర్రాళ్లలో ఒక్కరికి కూడా కుటుంబం అనేది లేదు, కానీ వాళ్లలో ఒక్కొక్కడికీ, నాకన్నా బాగా కుటుంబం గురించి తెలుసు. కుటుంబం అంటే రక్త సంబంధం కలిగి ఉండటం మాత్రమే కాదు, ప్రేమ వల్ల ఏర్పడే సంబంధం అది," అన్నాడు.

లిమౌజీన్ హారన్ మోగింది, నాథన్ అరిచిన అరుపుకి ఎవరికైనా రక్తం గడ్డ కట్టాల్సిందే. అలాంటిది ఫుట్‌బాల్ ఆటలో అయితే సరిగ్గా సరిపోతుంది. అతను గట్టిగా, "మొత్తం మీద అసలు విషయం తెలుసుకున్నావు! ఇక్కడికొచ్చినప్పుడు నువ్వు ఎందుకూ పనికిరానివాడివని అనుకున్నాను. కానీ రెడ్ స్టీవెన్స్ నీకు బంధువు అవటం వల్ల, నీకిదొక మంచి అవకాశం అనీ, దీన్ని వినియోగించుకుంటావనీ అనిపించింది. చూశావా! నువ్వు ఒక గొప్ప కుటుంబానికి చెందిన వాడివి, నేనూ అంతే!" అన్నాడు.

నవ్వు అనే కానుక

నవ్వు అంతరాత్మకి ఒక మంచి ఔషధం.
మన ప్రపంచానికి ఈ ఔషధం ఇంకా ఎక్కువ అవసరం.

అధ్యాయం తొమ్మిది

మీరు ఎనభైయో పడిలో పడ్డతరవాత, గతం తాలూకు జ్ఞాపకాలతోనూ, మీ మృత్యువు గురించిన ఆలోచనలతోనూ ఎక్కువసేపు కాలం గడుపుతూ ఉంటారు. నేను ఆఫీసు గదిలో కూర్చుని పాతరోజులనాటి జ్ఞాపకాలలో మునిగిపోయాను. అప్పుడు అన్ని అద్భుతమైన జ్ఞాపకాలతో నిండిన నా మనసు రెడ్ స్టీవెన్స్ గురించిన జ్ఞాపకాల దగ్గర ఆగిపోయింది.

నేను అప్పుడే లా చదువు ముగించి ప్రాక్టీసు ప్రారంభించేందుకు ఆఫీసు తెరిచాను. తలుపు మీదున్న పలకలో 'హామిల్టన్ అండ్ అసోసియేట్స్' అన్న అక్షరాలు రాయించాను. 'అసోసియేట్స్' అనే మాట వాస్తవం కాదు, ఒక ఆశ. ఎందుకంటే దాదాపు రోజంతా నేనొక్కడినే అక్కడ ఉండేవాణ్ణి.

ఒకరోజు బైటి తలుపుకున్న బెల్ మోగింది. నాతో పార్ట్ టైమ్ పనిచేసే నా సెక్రటరీ వెళ్లిపోయిందని నాకు తెలుసు. అందుకని వచ్చినదెవరో చూసేందుకు నేనే గబగబా బైటికొచ్చాను. అక్కడ ఒక వ్యక్తి దర్పంగా నిలబడి ఉన్నాడు. అతనే రెడ్ స్టీవెన్స్ అన్న సంగతి తరవాతెప్పుడో నాకు తెలిసిందనుకోండి! టెక్సాస్‌లో అందరికన్నా పెద్ద చమురు వ్యాపారిగా, పశుసంపద గలవాడిగా తను తయారవబోతున్నానని అతను నాకు చెప్పాడు. తను ఒక మంచి లాయరుకోసం చూస్తున్నానని కూడా అన్నాడు. అమెరికాలో ఉన్న అన్నిటికన్నా మంచి లా కాలేజీలో వాకబు చేశాననీ, పోయిన ఏడాది పాసయిన వాళ్లలో నేనే మొదటి స్థానం సంపాదించుకున్నానని తెలిసిందనీ, రెడ్ నాతో అన్నాడు.

నాకు తరవాత బాగా పరిచయమైన తన పెద్ద చిరునవ్వు నవ్వుతూ అతను గంభీరమైన గొంతుతో, అందుచేత ప్రపంచంలోకెల్లా గొప్ప లాయరూ, పెద్ద చమురు, పశువుల వ్యాపారీ కలిసి పని చేస్తే బావుంటుందనుకున్నాను," అన్నాడు.

నేను కొత్తగా ప్రాక్టీసు పెట్టిన లాయరుననీ, ఇంతవరకూ నా దగ్గరకి క్లయింట్లెవరూ

రాలేదనీ, అతనికి తెలిసినా, ఇక చమురూ, పశువులూ లేని వ్యాపారి అతను అని నాకు తెలిసినా, మేమిద్దరం వాటిని పట్టించుకోలేదు.

మా పరిచయం అలా ఎంతో మామూలుగా ప్రారంభమైనప్పటికీ, వృత్తిపరంగానూ, వ్యక్తిగతంగానూ కూడా అది తరవాత ఒక గట్టి సంబంధంగా జీవితాంతం కొనసాగింది.

మిస్ హేస్టింగ్స్ నా గదిలోకి తొంగి చూసి, కాన్ఫరెన్స్ గదిలో జేసన్ స్టీవెన్స్ మాకోసం ఎదురుచూస్తున్నాడని చెప్పటంతో, రెడ్ గురించిన నా ఆలోచనలకి అంతరాయం కలిగింది.

రెడ్ వీడియో తెరమీదికొచ్చాడు. "పన్నెండు నెలల ఈ ప్రణాళికలో నువ్వు ఆరునెలలు పూర్తిచేశావు. నువ్వు ఎంతో సాఫల్యాన్ని సాధించావని నీకు గుర్తుచెయ్యాలనుకుంటున్నాను, కానీ సాధించాల్సింది ఇంకా ఎంతో ఉందని కూడా గుర్తుంచుకో. నీ పనితీరు గాని, ధోరణి గాని ఏ క్షణాన మిస్టర్ హామిల్టన్‌కి అసంతృప్తి కలిగించినా, ఈ ప్రయాణాన్ని వెంటనే ఆపేస్తాం. అప్పుడు నా వీలునామాలో నీపేర నేను రాసిపెట్టిన అత్యుత్తమమైన కానుక నీకు దక్కదు.

"ఈ నెలలో నువ్వు నవ్వు అనే కానుక గురించి తెలుసుకోబోతున్నావు. ఈ నవ్వు అనే కానుక నైట్ క్లబ్‌లోనో, హాస్య చిత్రలోని హాస్య నటుడు నవ్వించే నవ్వు లాంటిది కాదు. నిన్నూ, నీ సమస్యలనీ, నీ సొంత జీవితాన్నీ చూసి నవ్వగల సామర్థ్యం అది. చాలా మంది విచారంలో మునిగి జీవించటానికి కారణం, వాళ్లు జీవితాన్ని మరీ ఎక్కువగా పట్టించుకుంటారు. గత ఆరునెలలుగా నీకు కలిగిన అనుభవాల నుంచి, జీవితంలో మనం సీరియస్‌గా తీసుకోవలసినవీ, భద్రంగా దాచుకోవలసినవీ కొన్ని విషయాలు ఉంటాయని నువ్వు నేర్చుకునే ఉంటావు. కానీ నవ్వులు లేని జీవితం జీవించటం వృథా.

"ఈ నెల, నువ్వు బైటికెళ్లి ఒక వ్యక్తిని కనిపెట్టాల్సి ఉంది. ఆ వ్యక్తికి జీవితంలో ఎన్నో కష్టాలూ, సవాళ్లూ ఉన్నప్పటికీ, అతనిలో నవ్వే సామర్థ్యం ఉండాలి. ప్రతికూల పరిస్థితుల్లో నవ్వగలవాడు, ఎప్పుడూ జీవితంలో సంతోషాన్నే అనుభవిస్తాడు.

"నెలాఖరికల్లా, నువ్వు కనిపెట్టిన ఆ వ్యక్తి గురించి మిస్టర్ హామిల్టన్‌కీ, మిస్ హేస్టింగ్స్‌కీ చెప్పాలి. నవ్వు అనే కానుక గురించి నువ్వు ఆ వ్యక్తి దగ్గర ఏం నేర్చుకున్నావన్న విషయం కూడా వాళ్లిద్దరికీ వివరంగా చెప్పాలి."

రెడ్ స్టీవెన్స్ నవ్వుతూ, "పాత రోజుల్లో టెడ్, నేనూ ఎలాంటి పరిస్థితుల్లో చిక్కుకున్నామో, వాటిని చూసి ఎలా నవ్వుకోగలిగామో, ఏదో ఒకరోజు నువ్వు అతన్ని అడిగి తెలుసుకో," అన్నాడు. ఆయన అలా నవ్వుతూ ఉండగానే తెరమీంచి ఆయన బొమ్మ మాయమైంది.

"ఆయన దేన్ని గురించి మాట్లాడుతున్నాడు, మిస్టర్ హామిల్టన్?" అన్నాడు జేసన్.

నేను నవ్వి, "ఆ విషయం ఇంకోసారి, ఇంకోచోట చెపుతాను. ప్రస్తుతం నవ్వు అనే కానుక గురించి నువ్వు వెతకటం ప్రారంభించాలి," అన్నాడు.

మిస్ హేస్టింగ్స్ ఆఫీసుగది లోంచి జేసన్ని బైటికి తీసుకెళ్లింది.

మా కంపెనీ ప్రైవేట్ డిటెక్టివ్, రెగ్గీ టర్నర్, ఆ నెలరోజులూ రహస్యంగా జేసన్ని వెంబడిస్తూవచ్చాడు. జేసన్ తను మామూలుగా ఎప్పుడూ చేసే పనులే చేస్తున్నాడనీ, నవ్వు అనే కానుక గురించి వెతికే ప్రయత్నాలేవీ చేస్తున్నట్టు బైటికి కనిపించటం లేదనీ అన్నాడతను.

నెలాఖర్న జేసన్ ఫోన్ చేసి, మధ్యాన్నం మా ఆఫీసుకి రావచ్చా అని అడిగాడని మిస్ హేస్టింగ్స్ చెప్పింది. అలాగే అన్నాను. జేసన్ వెంట మరో వ్యక్తి కూడా వస్తున్నాడని ఆమె నాకు చెప్పింది.

అనుకున్న సమయానికి మిస్ హేస్టింగ్స్, జేసన్ని వెంటబెట్టుకుని నా ఆఫీసు గదిలోకొచ్చింది. అతని వెంట మరో యువకుడు కూడా లోపలికి వచ్చాడు. అతను గుడ్డివాడని చూడగానే తెలిసిపోతోంది. అతను నల్లకళ్లద్దాలు పెట్టుకున్నాడు, చేతిలో తెల్లని కర్ర ఉంది. గుడ్డివాడు ఆఫీసుగదిలోకి రావటం మిస్ హేస్టింగ్స్కి ఇబ్బంది కలిగించిందనిపించింది నాకు. నాకు కూడా కొద్దిగా గాభరా వేసిందని ఒప్పుకుంటున్నాను.

“మిస్టర్ హామిల్టన్! మిస్ హేస్టింగ్స్! ఇతను డేవిడ్ రీస్, ఇతన్ని మీకు పరిచయం చెయ్యాలనుకుంటున్నాను,” అన్నాడు జేసన్.

మిస్టర్ రీస్ చెయ్యి ముందుకి చాపి, “చాలా కాలమైంది, మిమ్మల్ని చూసి!” అన్నాడు.

నా ఆదుర్దాని అణచుకుని అతని హాస్యధోరణికి ఆనందించేందుకు నాకు ఒక క్షణం పట్టింది. అతనికి షేక్హ్యాండిచ్చాక అందరం కూర్చున్నాం.

“డేవిడ్ని నేనొక లోకల్ రైల్లో పోయిన వారం కలుసుకున్నాను. ఆ ప్రయాణంలో మేమిద్దరం మాట్లాడుకుంటూ గడిపాం. ఆ తరవాత కూడా చాలాసార్లు ఫోన్లో మాట్లాడుకున్నాం. నవ్వు అనే కానుకకి ఇతన్ని మించిన ఉదాహరణ మరొకరు ఉంటారని అనుకోను,” అన్నాడు జేసన్.

డేవిడ్ రీస్ మధ్యలో కల్పించుకుని, “అవును, ఇక్కడ మీకు కొంత హాస్యం అవసరమనీ, మిమ్మల్ని నవ్వించాలనీ చెప్పి, జేసన్ నన్ను ఇక్కడికి లాక్కొచ్చాడు,” అన్నాడు.

డేవిడ్ కుడివైపుకి తలతిప్పి, “అబ్బ! ఈ ఆఫీసు నిజంగా ఎంత అందంగా ఉందో!” అన్నాడు.

“థ్యాంక్యూ,” అని నా గదిలో ఉన్న ఫర్నిచర్ గురించి అతనికి వివరాలు చెప్పబోతూ, అతను నాతో హాస్యమాడుతున్నాడని గ్రహించాను. అందరం నవ్వాం.

“మొదటిసారి రైల్లో కలిసినప్పుడు ఈ యువకుడిలో ఏం కనిపించి నువ్వు ఇతని దగ్గర నవ్వు అనే కానుక ఉందని అనుకున్నావు?” అని జేసన్ని అడిగాను.

డేవిడ్ రీస్ మళ్లీ మధ్యలో మాట్లాడాడు, “అది నేను చేసిన పత్రిక తాలూకు యుక్తి, సర్!” అన్నాడు.

నేను నవ్వి, "సరే, ఆ పత్రిక యుక్తి ఏమిటి?" అని అడిగాను.

డేవిడ్ రీస్ ఇలా వివరించాడు, "కొన్ని లోకల్ రైళ్లు ఉండాల్సినంత శుభ్రంగా ఉండవు. అందుకని సీట్లు దుమ్ము కొట్టుకుని ఉన్నట్టు కనబడ్డప్పుడల్లా ప్రయాణీకులు పేపర్లు, పత్రికలు పరుచుకుని వాటిమీదే కూర్చుంటారు. ఏ సీట్లు శుభ్రంగా ఉన్నాయో, ఏవి లేవో నేను తెలుసుకోలేను కాబట్టి, నేనెప్పుడూ పత్రిక పరుచుకుని దానిమీదే కూర్చుంటాను. జేసన్, నేనూ, రైల్లో ఒకరికొకరం మొదటిసారి పరిచయమైనప్పుడు, నా వెనకాల కూర్చున్నాయన ఒకడు, నేను ఆ పత్రికని చదవబోతున్నానా? అని అడిగాడు. రైళ్లలో చదవటానికేమైనా దొరుకుతుందా అని చూసేవాళ్లు సామాన్యంగా అడిగే ప్రశ్నే అది."

డేవిడ్ అంతవరకూ చెప్పాక జేసన్ పగలబడి నవ్వుతూ మధ్యలో అతనికి అడ్డు వచ్చాడు. ఆ వ్యక్తి డేవిడ్‌ని 'పత్రిక చదువుతున్నావా?' అని అడిగిన వెంటనే, డేవిడ్ లేచి నిలబడి, పేజీ తిప్పి మళ్లీ కూర్చుంటూ, "అవునండీ, కానీ చదవటం అయిపోవచ్చింది, అని జవాబిచ్చాడు" అన్నాడు జేసన్.

మేమందరం మనసారా నవ్వుకున్నాక, ఈ హాస్యం అనే కానుకని డేవిడ్ ఎలా, ఎప్పుడు సంపాదించుకున్నాడని అడిగాను. చాలా చిన్నప్పుడే తన చూపు దెబ్బతిందనీ, ఎన్నో ఒడిదుడుకులనీ, సవాళ్లనీ ఎదుర్కొన్నాననీ, వాటిలో అన్నిటికన్నా కష్టమనిపించినది, అందరూ తనని తక్కువగా చూడటం అనీ అన్నాడు డేవిడ్.

"మిస్టర్ హామిల్టన్ ఒక్కోసారి జీవితంలో మీరు నవ్వుతారు, లేదా ఏడుస్తారు. నా మటుకు నాకు నవ్వటమే ఇష్టం," అన్నాడు డేవిడ్.

నేను డేవిడ్ రీస్ గురించీ, జీవితం గురించి అతనికున్న దృక్పథం గురించీ ఆలోచించాను. నవ్వు అనే కానుక అతనికి మాత్రమే లాభం చేకూర్చలేదు, తన చుట్టూ ఉండేవాళ్లందరికీ, నాతో సహా, చాలా లాభాన్ని చేకూర్చిందని అనిపించింది. ఈ నెలలో అతనికి అప్పజెప్పిన పనిని చాలా చక్కగా చేసి చూపించాడని నేను జేసన్‌ని మెచ్చుకున్నాను.

ఆఫీసు గదిలోంచి జేసన్ వెంట బైటికి నడుస్తూండగా డేవిడ్ ఆగి, వెనక్కి తిరిగి, "మిస్టర్ హామిల్టన్, వెళ్లేముందు మీకొక విషయం చెప్పాలి, మీరు కట్టుకున్న టై చాలా అందంగా ఉంది!" అన్నాడు.

నేను అతనికి ధన్యవాదాలు తెలపబోయి, ఆఖరి నిమిషాన అతను మళ్లీ నాతో హాస్య మాడాడని అర్థం చేసుకున్నాను. అతనూ, జేసన్ నవ్వుకుంటూ హాలు దాటి లిఫ్ట్ చేరు కున్నారు. అంతవరకూ వాళ్ల నవ్వు నాకు వినిపిస్తూనే ఉంది. మిస్ హేస్టింగ్స్ కూడా మెత్తగా నవ్వుతోంది.

చివరికి ఆమెని అడిగాను, "ఇంతకీ మీరు ఎందుకు నవ్వుతున్నట్టు?"

"ఏం లేదు, మీ టై చాలా బావుంది," అందామె.

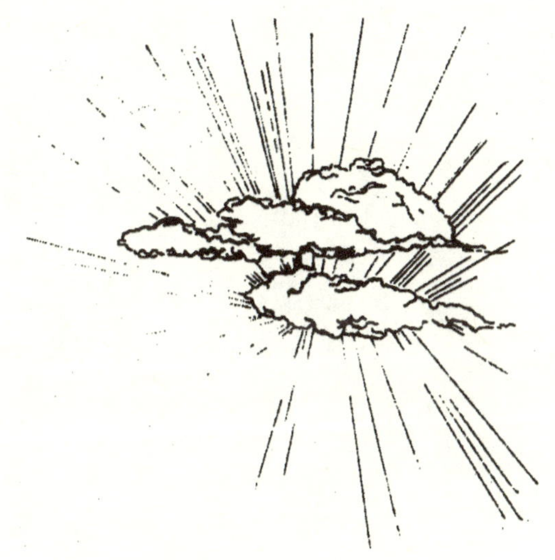

కలలు అనే కానుక

కలలు కనేవాళ్లకి కావల్సిందల్లా
భవిష్యత్తులోకి చూడగలమన్న నమ్మకం మాత్రమే!

అధ్యాయం పది

ఒక్కోసారి ఈ రోజు ఏదో అసాధారణమైనది జరగబోతోంది అని మనకి అనిపిస్తూ ఉంటుంది. ఒక్కొక్కప్పుడు జీవితంలో అసాధారణమైనవి హఠాత్తుగా జరిగి మనని ఆశ్చర్యపరుస్తాయి.

నేను జేసన్ కోసం ఎదురుచూస్తున్నాను. రాబోయే నెలలో మేమిద్దరం కనుక్కోబోయే విషయాన్ని గురించి తెలుసుకునేందుకు కలవబోతున్నాం. నేను నా గది కిటికీ దగ్గర నిలబడి బోస్టన్ నగరపు క్షితిజాన్ని చూస్తున్నాను. నా మనసులో రెడ్ స్టీవెన్స్ గురించిన ఆలోచనలు సుళ్లు తిరుగుతున్నాయి. ఒక వ్యక్తి చనిపోయాక కూడా అతను ఎల్లప్పుడూ మీతోనే ఉన్నాడనిపించినప్పుడు, అతన్ని కోల్పోయానన్న భావన కలగటం కష్టమే. ఒక్కోసారి కొందరి ప్రభావం మీ జీవితం మీద ఎంత తీవ్రంగా ఉంటుందంటే, వాళ్లు మనలో ఒక భాగంగా మారిపోతారు. రెడ్ స్టీవెన్స్ నామీద చూపిన ప్రభావం అలాంటిదే. అతని ప్రభావం ఇంకా చాలామంది మీద కూడా ఇదేవిధంగా ఉందని నాకు తెలుసు.

చాలాసార్లు ఫోన్ ఎత్తి అవతలివైపునుంచి పశ్చిమ టెక్సాస్ యాసలో పలికే ఆ గంభీరమైన గొంతు వినాలన్న కోరిక నాలో బలంగా కలిగింది. కానీ నా జీవితంలోకి రెడ్ స్టీవెన్స్ ప్రవేశపెట్టిన ఎన్నో మంచి విషయాలని నేనెన్నటికీ పోగొట్టుకోనని మాత్రం తెలుసుకున్నాను.

కాన్ఫరెన్స్ గదిలో ఒక చివర ఉన్న పెద్ద వీడియో తెరమీద రెడ్‌స్టీవెన్స్ కనబడ్డాడు. అతను గొప్ప వ్యక్తి. అతను గొప్పదనం జీవితంలోని ప్రతి పార్శ్వంలోనూ స్పష్టంగా కనబడేది.

“జేసన్, నువ్వు నా ముందు కూర్చుని ఉన్నావు కాబట్టి ఒక విషయం చెప్పాలి. మిస్టర్ హామిల్టన్, మిస్ హేస్టింగ్స్, ఏడాదిపాటు నీతో కలిసి ఈ ప్రాజెక్టు చేస్తున్నందుకు నువ్వు వాళ్లిద్దరికీ కృతజ్ఞతలు చెప్పాలి. ఇక ఏడాది పూర్తయ్యాక నీకు నేను నా చివరి

వీలునామాలో అందించదలచిన కానుక అత్యంత విలువైనది. అది నీకు అందుతుందంటే దాని వెనక నా స్నేహితురాలు థియడోర్ హామిల్టన్, మార్గరెట్ హేస్టింగ్స్ కృషి చాలా ఉందని నవ్వు గుర్తుంచుకోవాలనీ, గుర్తుంచుకుంటావనీ ఆశిస్తున్నాను."

ఆ పెద్ద టీవీ తెరమీద రెడ్ నిజంగానే ప్రాణాలతో ఉన్నట్టు కనిపించాడు. అతనికోసం ఈ పనిచెయ్యటం నాకు అమితమైన సంతోషాన్ని కలగజేస్తోందని చెప్పాలనిపించింది. కానీ ఆ మాట చెప్పటంవల్ల ఎటువంటి ప్రయోజనమూ ఉండదని నాకు తెలుసు. ఎందుకోగాని, ఈ ప్రయాణంలో జేసన్‌కి తోడుగా నన్ను ఉండమనటం నాకు ఆనందాన్ని కలగజేస్తుందని రెడ్‌కి తెలుసని అనిపించింది.

"జేసన్, ఈ నెలలో నువ్వు అందరు గొప్పవాళ్ళకీ ఉన్న ఒక కానుక గురించి తెలుసుకుంటావు- కలలు అనే కానుక. కలలనేవి జీవితానికి సారం లాంటివి- అంటే అలా ఉన్నాయని కాదు, ఉండాలి అని. కలలనేవి విశిష్టమైన వ్యక్తుల హృదయాల్లోనూ, మనసుల్లోనూ పుడతాయి. కానీ ఆ కలల ఫలితాలు నిజమైన తరవాత మాత్రం ప్రపంచంలో ఉండే అందరికీ ఆనందాన్ని పంచుతాయి.

"నీకీ సంగతి తెలీకపోవచ్చు, కానీ థియడోర్ హామిల్టన్‌కి ఈ దేశమంతటా అత్యుత్తమమైన లాయరని పేరుంది. నేనతన్ని కలిసిన కొత్తలోనే అంత గొప్పగా పనిచెయ్యాలని అతని కల అని నాకు తెలిసింది, ఆ కలని అతను యాభై ఏళ్లుగా సాకారం చేసుకుంటూ జీవిస్తున్నాడు. కల సాకారమయే ముందు అది అతని మనసులో వాస్తవరూపాన్ని సంతరించుకుంది.

"లూయిజియానా ఊబి నేలల్లో నేను గమ్యం లేకుండా తిరుగుతున్నప్పుడు, టెక్సాస్‌లోకెల్లా గొప్ప చమురు, పశువుల వ్యాపారిగా తయరవాలని కలలు కనటం నాకింకా గుర్తుంది. ఆ కల నాలో విడదీయలేని భాగంగా మారింది. అది లక్ష్యాన్ని చేరుకున్నప్పుడు, నేనెన్నడూ చూడని నా ఇంటికి చేరుకున్నాననిపించింది.

"ఈ అత్యుత్తమమైన కానుకని నీకోసం రూపొందిస్తున్నప్పుడు, అన్నిటికన్నా గొప్ప కానుక ఏదా అని నిర్ణయించటానికి ప్రయత్నించాను. నన్ను ఎంచుకోమంటే బహుశా కలలనే కానుకనే ఎంచుకుంటానేమో. ఎందుకంటే కలలు, జీవితాన్ని ఉన్నదున్నట్టు కాకుండా, ఎలా ఉండచ్చో చూపిస్తాయి. ఆ రకంగా, కలలు అనే కానుక ప్రపంచంలోకి వెళ్లి ఇంకే కానుకనైనా మనం సంపాదించుకునే అవకాశాన్నిస్తుంది."

రెడ్ చాలాసేపు ఏదో ఆలోచిస్తున్నట్టు ఆగిపోయాడు. మళ్లీ మాట్లాడటం కొనసాగించాడు, "కలలకి నిన్ను పరిచయం చెయ్యాలంటే గొప్ప గొప్ప కలలు కన్నవారిని ముందు పరిచయం చెయ్యాలి. నా జీవితంలో అలాంటివారిని చాలామందినే చూశాను. అలాంటి స్వప్నద్రష్టలతో నాకు దొరికిన స్నేహాన్ని నేనొక గొప్ప నిధినిక్షేపంలా భావిస్తాను.

"నేను మొట్టమొదట కలుసుకున్న స్వాప్నికుడు, జనం ఊహాశక్తిని ప్రేరేపించే స్థలాలనీ, వస్తువులనీ సృష్టించేందుకు తహతహలాడేవాడు. అతని తీవ్రమైన ఈ కోరిక అతను జీవించినంత కాలం అతనిలో ఉంది. అతను కూడా ఎన్నో ఆటంకాలనీ, వైఫల్యాలనీ, అవమానాలనీ ఎదుర్కొన్నాడు. తను కొత్తగా చేపట్టిన పని తాలూకు ప్రణాళికని నాతో చర్చించటానికీ, చూపించటానికీ అతనెప్పుడూ వెనకాడలేదు. పెద్ద పెద్ద కలల ఫలకాలని సృష్టించి, గోడకి తగిలించి, తన ప్రణాళికల వివరాలు ఒక్కొక్కటీ వాటిమీద నమోదు చేసే అలవాటుండేది అతనికి.

"అతను చనిపోయేముందు మంచంపట్టిన స్థితిలో కూడా, తను చేపట్టబోయే ప్రణాళిక తాలూకు వివరాలు ఊహించి ఆస్పత్రి గది పైకప్పుమీద తయారు చేసుకోవటం నాకు గుర్తుంది. తన మనసులో నిర్మించుకున్న కలని ఆ విధంగా అతను కళ్లారా చూడగలిగేవాడు.

"అతను ఆస్పత్రిలో ఉన్నప్పుడు ఒక విలేకరి అతన్ని కలవటానికి వచ్చాడు. నా స్నేహితుడు మాట్లాడటం కూడా సాధ్యం కానంత బలహీనంగా ఉన్నాడు. అప్పుడతను మంచంమీద పక్కకి జరిగి, ఆ విలేకరిని తన పక్కన పడుకోమన్నాడు. ఇద్దరూ కలిసి పైకప్పుమీద తను వేసిన కలలు ప్రణాళికని చూడటం అప్పుడే సాధ్యమవుతుందని అతను అన్నాడు.

"అది చూసి ఆ విలేకరి బాగా చలించిపోయాడు. తీవ్రమైన రోగంతో ఆస్పత్రిలో చేరిన వ్యక్తిలో తన సృజనాత్మకత పట్ల అంత గాఢమైన ప్రేమ ఉండటం చూసి అతను కదిలిపోయాడు. విలేకరి ఇంటర్వ్యూ తీసుకుని అతనికి వీడ్కోలు తెలిపి వెళ్లిపోయాడు.

"తరవాత అదే రోజు నా స్నేహితుడు చనిపోయాడు.

"ఇక్కడ అసలు విషయం గమనించు. ఒక వ్యక్తి జీవితాంతం తన కలకోసమే బతికి, చివరికి ఆఖరి క్షణాల్లో కూడా దాని పట్ల అంత ప్రగాఢమైన కోరికని ఆచరణలో పెట్టాలని ప్రయత్నించాడంటే, అతను చాలా అదృష్టవంతుడని అనాలి. నా స్నేహితుడు తన కలని ప్రతిరోజూ కన్నాడు. అది పెరిగి ఇంకా విస్తృతిని చేకూర్చుకుంది. ఒక లక్ష్యాన్ని చేరుకోగానే, అంతకన్నా పెద్దదీ, గొప్పదీ అయిన కల అతనికి ఎదురయేది.

"వాస్తవంగా ఒక కలని ఎలా కనాలో, మెరుగైన లోకాన్ని గురించి ఎలా ఊహించాలో చాలామందికి నేర్పాడు నా స్నేహితుడు. అతని పేరు వాల్ట్ డిస్నీ.

"కానీ ఒక విషయం గురించి నిన్ను హెచ్చరించాలి. నీ జీవితంలో నువ్వు కనే కలలు నీ సొంతం అయివుండాలి. ఇంకెవరి కలలో అయితే అవి పనికిరావు. అలాగే అవి నిరంతరం పెరుగుతూ విస్తృతిని కూడా సాధించాలి.

"నాకు ఇంకొక స్నేహితుడుండేవాడు. అతని పేరు నీకు తెలీదు. అతని కల, కష్టపడి పనిచేసి, 50 ఏళ్లకల్లా పదవీ విరమణ చెయ్యటం. అదే విధంగా అతను కష్టపడి పనిచేసి,

వ్యాపారంలో కొంత వరకూ సాఫల్యాన్ని సాధించాడు. రిటైర్ అవాలన్న కలని అతను వదల్లేదు, కానీ అంతకుమించిన తీవ్రమైన వాంఛ ఏదీ అతనికి లేకపోయింది.

"అతని యాభైయవ పుట్టినరోజున, అతని రిటైర్‌మెంట్‌నీ, పుట్టిన రోజునీ జరుపుకునేందుకు మేమందరం ఒకచోట చేరాం. అతని కల సవ్యంగా ఉండి ఉంటే ఆరోజు అతని జీవితంలో అన్నిటికన్నా సంతోషకరమైన రోజు అవాల్సింది. దురదృష్టవశాత్తూ, వయసులో ఉండగా అతని జీవితమంతా తను చేసే వృత్తికే అంకితం చేస్తూ గడిపేశాడు. అందులోనే ఆత్మగౌరవాన్నీ సంపాదించుకున్నాడు, గర్వించాడు. కానీ ప్రస్తుతం తనకి మార్గనిర్దేశం చేసే వృత్తిని కోల్పోయి, పదవీ విరమణ చెయ్యాలా వద్దా అనే మీమాంస ఎదురయింది. తను ఎప్పుడూ కోరుకున్నది అదేనని అనుకున్నాడు, కానీ అది తనకి జీవితంలో ఎటువంటి ప్రగాఢ వాంఛనీ సృష్టించలేదని అర్థం చేసుకున్నాడు.

"నెల రోజుల తరవాత ఆ నా రెండో స్నేహితుడు ఆత్మహత్య చేసుకున్నాడు.

"ఒక స్వాప్నికుడు చావు బతుకుల్లో ఉండి కూడా తన జీవిత లక్ష్యాన్ని తీవ్రమైన వాంఛతో పూర్తి చేసుకోవటానికి ప్రయత్నిస్తూంటే, మరొకరు తన వ్యక్తిత్వానికి ఎంత మాత్రం సరిపోని లక్ష్యాన్ని గురించి కలలుకని ఆత్మహత్య చేసుకోవటం. ఈ ఇద్దర్లో ఉన్న తేడా నీకు స్పష్టంగా అర్థమయే ఉంటుందనుకుంటాను.

"జేసన్, నీ కల నీకొక్కడికే సొంతం కావటం చాలా ముఖ్యం. అందరికీ సరిపోయే ఒకే సైజు దుస్తుల్లాటిది కాదది. నీ వ్యక్తిత్వంతోబాటు ఎదుగుతూ, ఎప్పటికప్పుడు నీకు సరిపోయే కలనే నువ్వుకనాలి. నీ కలలని గురించి ఉత్తేజంతో వాంఛించాల్సింది నువ్వు మాత్రమే."

రెడ్ స్టీవెన్స్ ఆగి, గొంతు ఆవరించుకుని, తన ఆలోచనల సరళిని మరోదారికి మళ్లిస్తున్నట్టు కనబడ్డాడు. చివరికి ఇలా కొనసాగించాడు, 'జేసన్, ఈ నెలలో కలలు అనే కానుక నీకు అనుభవంలోకి రావాలని కోరుకుంటున్నాను. అన్నీ సాధ్యమేనని అనుకో. నువ్వు చెయ్యాలనుకున్నదీ, నీకు జీవితంలో కావాలనుకున్నదీ, నువ్వు ఎలా రూపుదిద్దుకోవాలనుకుంటున్నావో అవీ, వీటినన్నిటినీ ఒక జాబితాలో పొందుపరుచు. తరవాత వాటిలో నీ అంతరాత్మకి ఎక్కువ ఉత్తేజాన్ని కలిగించే విషయాలని, ప్రాధాన్యతననుసరించి, వరసగా పేర్చు.

"నెల ముగిసేసరికి, ఆ కలలో కొన్నిటిని నువ్వు మిస్టర్ హామిల్టన్‌తో పంచుకోవాలన్నది నా కోరిక. దీని జవాబుల్లో ఇది సరైనదీ, ఇది తప్పు అనేది ఉండదు. అంతేకాక ఏళ్లు గడిచినకొద్దీ నీ కలలు పెరిగి పెద్దవవుతాయని గుర్తుంచుకో. ఇక కలకన్నా కూడా ముఖ్యమైనది, స్వాప్నికుడిగా తయారయే ప్రక్రియ.

"నీ జీవితం సంతోషకరమైన కలలతో నిండి ఉంటుందని ఆశిస్తున్నాను."

రెడ్ స్టీవెన్స్ బొమ్మ మాయమైంది. జేసన్ కాన్ఫరెన్స్ గది బల్లమీద మడిచి పెట్టుకున్న తన చేతులవైపు ఒక క్షణంపాటు తదేకంగా చూశాడు.

"నేను జీవితంలో ఏం చెయ్యాలనుకుంటున్నాను అనే విషయం నేనెప్పుడూ ఆలోచించనే లేదు. బతికి ఉంటూ, ఒక గమ్యం అంటూ లేకుండా, ఏరోజుకారోజు జీవితాన్ని గడిపేస్తూ ఉండిపోయాను. అది చాలనుకున్నాను", అన్నాడు చివరికి.

నేను లేచి గుమ్మంవైపు నడుస్తూ, "జేసన్, ఇప్పుడైనా నువ్వు కలలుకనటానికి సమయం మించిపోలేదు. ఇక అది ఎలా చెయ్యాలో నేర్పటానికి రెడ్ స్టీవెన్స్ కన్నా మేలైన వ్యక్తి ఎవరూ లేరు. నెలాఖరుకి నీ రిపోర్టుకోసం ఎదురు చూస్తాను", అన్నాను.

నేను కాన్ఫరెన్స్ గదిలోంచి, జేసన్‌నీ అతని ఆలోచనలనీ- బహుశా కలలనీ కూడా అని ఆశిస్తాను- వదిలి బైటికి వెళ్ళిపోయాను.

ఆ రోజుని నేనెప్పటికీ మర్చిపోలేను. మూడు వారాల తరవాత, నేనూ, జేసన్ బల్ల దగ్గర ఎదురెదురుగా కూర్చున్నాం. తను జీవితాంతం కనబోయే కలల గురించి నాకు చెప్పాడు. అతను నెమ్మదిగా మొదలుపెట్టి చెపుతూ చెపుతూ వేగం పెంచాడు.

"మొదట్లో నాకు చెయ్యాలనీ, కావాలనీ అనిపించిన వాటి జాబితా చాలా పెద్దదిగా తయారైంది. కానీ అవి నిజమైన కలలు కావని గ్రహించాను. అవి చెయ్యాలనుకుంటే నేను ఇప్పుడే చెయ్యగలను. కానీ వాటిని చేసేందుకు శక్తీ, సమయమూ నేనింకా సమకూర్చుకోలేదు. కానీ వాల్ట్‌డిస్నీ గురించి ఆలోచించినప్పుడు, నాకు ఎన్నో విషయాలు తట్టాయి.

జేసన్ ఒక్క క్షణం ఆగాడు. మిస్ హేస్టింగ్ వైపూ, నావైపూ, మళ్ళీ ఆవిడవైపూ మార్చి మార్చి చూశాడు. అతను ప్రోత్సహించమని అడుగుతున్నాడని అనుకున్నాను. మిస్ హేస్టింగ్స్ నవ్వి, తలాడించింది, మళ్ళీ మాట్లాడటం కొనసాగించాక అతని ఆత్మవిశ్వాసం పెరుగుతున్నట్టు అనిపించింది.

"ఎందుకోగాని, ఎలాగో ఒకలాగ, జీవితంలో వంచించబడ్డ యువతీయువకులకి మంచి జీవితాన్ని అందించేందుకు సాయపడాలని ఉంది. అంటే కేవలం పేదవారనే కాదు. తమ జీవితాలని పనికివచ్చే విధంగా మార్చే, శక్తినీ, ఉత్తేజాన్నీ, విలువలనీ సంపాదించుకోవటం నేర్చుకోని యువతీ యువకుల గురించి చెపుతున్నాను. నా కోసం రెడ్ తాత చేసిన పనినే ఏదో విధంగా, మిగతా యువతీయువకుల కోసం నేను చెయ్యాలనుకుంటున్నాను".

మిస్ హేస్టింగ్స్ చప్పట్లు కొట్టి, ఉత్సాహంగా, "జేసన్, ఇది చాలా అద్భుతంగా ఉంది. నువ్వుగాని, ఇంకెవరైనా గాని, తమ జీవితంలో ఇంతకన్నా మంచిపని ఏం చెయ్యగలరో నాకైతే తోచటం లేదు," అంది.

జేసన్ నావైపు చూసి, "మీ ఉద్దేశం ఏమిటి? నాది సరైన నిర్ణయమేనా?" అని అడిగాడు.

నేను నవ్వి, "జేసన్, నలభై ఏళ్లు మీ తాతతో సహవాసం చెయ్యటం వల్ల నేనొక సిద్ధాంతాన్ని నేర్చుకున్నాను- బతికుండేందుకు పనికివచ్చే సిద్ధాంతం. అదేమిటంటే ప్రతి విషయంలోనూ మిస్ హేస్టింగ్స్‌తో ఏకీభవించటం. ఇక నీ ప్రశ్నకి జవాబు, నేను ఆమెతో ఏకీభవిస్తున్నాను. నీ జీవితానికి ఒక గొప్ప యోగ్యతగల కలని లక్ష్యంగా పెట్టుకున్నావు. మీ తాత తన ఇద్దరు స్నేహితుల గురించీ నీకు చెప్పిన కథలని మాత్రం తప్పకుండా గుర్తుంచుకో. అలాగే నువ్వు బతికి ఉన్నంత కాలం నీ కలలని కూడా సజీవంగా ఉంచుకో," అన్నాను.

నన్ను బల్ల దగ్గర ఒంటరిగా వదిలేసి మిస్ హేస్టింగ్స్ జేసన్‌ని లిఫ్ట్ దాకా తీసుకెళ్లింది. నా కలల గురించీ, ఎనభైయో ఏట అవి ఇంకా సజీవంగా ఉండటాన్ని గురించీ ఆలోచించాను. ఒకప్పుడు ఒకానొక క్షణాన, నా కలలన్నిటినీ సజీవంగా ఉంచుకుంటాననీ, జీవితాంతం నాతోపాటు వాటిని కూడా పెరిగేట్టు చూస్తాననీ ప్రతిజ్ఞ చేశాను మరి!

ఇవ్వటం అనే కానుక

నిజంగా జీవితంనుంచి మీరు ఎక్కువగా రాబట్టుకోవాలనుకుంటే దానికి ఒకే ఒక మార్గం ఉంది. అది మీలో ఒక భాగాన్ని ఇచ్చివెయ్యటం.

అధ్యాయం పదకొండు

జీవితంలో ఏడాది కాలంపాటు నేర్చుకునే పాఠంలో జేసన్‌లో కలిసి ప్రయాణం చేస్తూ, నేనతని ప్రగతిని చూసి ఆశ్చర్యపోయాను. అతను ప్రయాణం చెయ్యవలసిన దూరం ఇంకా చాలానే ఉంది, కానీ సొరంగం చివర వెల్తురు అంటారే, అలాంటిదేదో కచ్చితంగా కనిపిస్తోందని అనిపించింది.

మా ప్రయాణంలో తొమ్మిదో నెలకి చేరుకుని ముగ్గురం కాన్ఫరెన్స్ గదిలోని బల్ల దగ్గర కూర్చున్నాం. జేసన్ మొహంలో నాకు ఆశ్చర్యకరమైన మార్పు కనిపించింది. అతని ధోరణిలోనూ, నడవడిలోనూ మార్పు కొట్టొచ్చినట్టు కనిపించింది. ఈ నెలలో రెడ్‌స్టీవెన్స్ తనకోసం ఏం నిర్దేశించాడా అని జేసన్ ఎదురుచూస్తున్నట్టు కనిపించాడు. నేను కూడా ఎదురుచూస్తున్నానని నాకైతే తెలుసు.

మిస్ హేస్టింగ్స్ రిమోట్‌లోని బటన్‌ని నొక్కింది, మళ్లీ ఒకసారి రెడ్ స్టీవెన్స్ వీడియో తెరమీద కనిపించాడు.

"జేసన్, స్వాప్నికుడిగా పరీక్షలో ఉత్తీర్ణుడివైనందుకు నీకు నా అభినందనలు. కానీ ఈ కళని పూర్తిగా ఆకళింపు చేసుకున్నావని మాత్రం ఎప్పుడూ అనుకోవద్దు. కలలు కనటం, వాటిని నిజం చేసుకోవటం అనే సామర్థ్యం నువ్వు మనిషిగా ఎదిగినంత కాలం నీతోపాటు ఎదుగుతుంది.

"ఈనెల, ఇవ్వటం అనే కానుక గురించి నువ్వు నేర్చుకోవాల్సి ఉంది. ఎన్నో నెలల క్రితం మనం పరస్పరం విరుద్ధమైన సూత్రాల గురించి చర్చించాం. ఇదీ అలాంటిదే. సంప్రదాయం ప్రకారం ఆలోచిస్తే నువ్వు ఎంత తక్కువ ఇస్తే నీ దగ్గర అంత ఎక్కువ ఉంటుంది అనే అనిపిస్తుంది. కానీ నిజం మాత్రం దీనికి పూర్తిగా తలకిందులుగా ఉంటుంది. నువ్వు ఎంత ఎక్కువగా ఇస్తే నీ దగ్గర అంత ఎక్కువ ఉంటుంది. సమృద్ధి అనేది ఇవ్వగల సామర్థ్యాన్ని కలగజేస్తుంది, ఇవ్వటం అనేది మరింత సమృద్ధిని

సృష్టిస్తుంది. నేను దీన్ని కేవలం ఆర్థిక విషయాల సందర్భంలో చెప్పటం లేదు. ఈ సూత్రం నీ జీవితంలోని ప్రతి రంగంలోనూ నిజమే.

"ఇవ్వటం, తీసుకోవటం రెండూ ముఖ్యమే. జేసన్, ఆర్థికంగా నీకు ఈ ప్రపంచంలో లభించగలవన్నీ నేను ఇచ్చాను. కానీ ఇవ్వటం అనే కానుక విషయంలో మాత్రం నియమాన్ని ఉల్లంఘించాను. నీకు నేనేదో రుణపడి ఉన్నాననుకొని డబ్బూ, వస్తువులూ ఇచ్చానే తప్ప, ఇవ్వటంలోని నిజమైన స్ఫూర్తిని నీకు అందివ్వలేకపోయాను. నేనిచ్చిన వాటిని నువ్వు నీ హక్కులా, నీకు చెందవలసిన వాటిలా స్వీకరించావే తప్ప, నీ మనసులో కృతజ్ఞతా భావం లేదు. మనిద్దరి వైఖరీ ఇవ్వటం అనే కానుక తాలూకు ఆనందాన్ని మనం అనుభవించేందుకు వీలులేకుండా చేసింది.

"ఎవరికైనా ఏమైనా ఇచ్చేప్పుడు సరైన భావన మనసులో ఉండాలి. మొక్కుబడిగానో, రుణం తీర్చుకున్నట్టుగానో ఇవ్వకూడదు. నా జీవితాన్నంతా జనానికి ఇవ్వటానికే ప్రయత్నించాను. నన్ను ఇతరులకి సమర్పించుకోవటం అనే గౌరవాన్ని పొందకుండా ఉండటం నేను ఊహించలేను.

"ఇక కానుక ఇవ్వటం అనే విషయంలో ముఖ్యంగా మనం చూడాల్సిన ఒక సిద్ధాంతం ఉంది. ఇచ్చే వస్తువు మనదే అయియుండాలి. మనం సంపాదించుకున్నదో, స్వయంగా తయారు చేసినదో, లేదా మనలో ఒక భాగాన్ని మరొకరికి ఇచ్చెయ్యటమో- అప్పుడే అది నిజమైన కానుక అవుతుంది.

"ఈ నెలలో ఇవ్వటం అనే కానుక నీ అనుభవంలోకి రావాలన్నది నా కోరిక. కానీ నేను నీకిచ్చిన డబ్బుని నువ్వు మరొకరికి ఇచ్చేస్తేనో, లేక ఆడబ్బుతో కొనగల వస్తువులని ఇచ్చేస్తేనో, నేను చెప్పిన సిద్ధాంతాన్ని ఉల్లంఘించినట్టవుతుంది. అందుచేత రాబోయే నెలలో ప్రతిరోజూ, నీదైన దాన్ని నువ్వు ఎవరో ఒకరికి కానుకగా ఇవ్వాలని కోరుకుంటున్నాను."

"నాదంటూ ఏమీ లేదు!" అని గొణిగాడు జేసన్.

రెడ్ గొంతు అతనికి అడ్డొచ్చింది, "నాకు తెలుసు, ఈ లోకంలో నాకు మాత్రమే సొంతం అని చెప్పుకోగలది నా దగ్గర ఏముంది అని ఆలోచిస్తున్నావు. ఇతరులకి ఇచ్చేందుకు నీ దగ్గర ఏముందో వెతికి తెలుసుకోవటం వల్ల నువ్వు ఇవ్వటం అనే కానుకని కనిపెట్టగలుగుతావు. ఇంతకు ముందు నీకు తెలీని ఆనందకరమైన కొత్త చోటికి వెళ్లగలుగుతావు. వీలునామాలో నీకోసం నేను వదిలివెళ్లిన అత్యుత్తమమైన కానుకని అందుకునే మార్గంలో ముందుకిపోవటం కొనసాగించావంటే, నెల తిరిగేసరికి నువ్వు ప్రతిరోజూ ఇచ్చిన కానుకలేమిటో మిస్టర్ హామిల్టన్‌కి తెలియజేస్తావు. ఎప్పట్లాగే నీకు శుభాకాంక్షలు తెలుపుతున్నాను."

వీడియో అయిపోగానే జేసన్ ఉక్రోషంగా, "మా తాత నాకిచ్చిన వస్తువు, రోజుకొకటి చొప్పున నేనెక్కణ్ణించి తెచ్చివ్వగలను? నా దగ్గరున్నవన్నీ ఆయన ఇచ్చినవేనే!" అన్నాడు.

నేను ఒక్క క్షణం ఆలోచించి, "నాకు రెడ్ స్టీవెన్స్‌తో యాభై ఏళ్ల పరిచయం ఉంది. ఆయన ఎంత కఠినంగా ఉండేవాడో, అంత న్యాయంగానూ ఆలోచించేవాడు. నువ్వు సాధించలేనిది ఏదీ ఆయన నిన్ను చెయ్యమని అడిగి ఉండేవాడు కాదు," అన్నాను.

జేసన్ నెమ్మదిగా కాన్ఫరెన్స్ గదిలోంచి బైటికి నడిచాడు. అతను ఇంతదూరం వచ్చాడు, ఇప్పుడిక ఈ మజిలీలో అతని ప్రయాణం ఆగిపోకూడదని కోరుకున్నాను.

ఆ నెలంతా ఈ విషయం గురించే ఆలోచించేందుకు ప్రయత్నించాను, తమ దగ్గర ఉన్న భౌతిక సంపదలన్నీ – తమ సొంతమే అని చెప్పుకోలగవన్నీ – తమకి ఎవరో ఇవ్వగా సంపాదించుకున్నవన్నీ – మరొకరికి ఇవ్వటం సాధ్యమేనా? నన్నే ఆ ప్రశ్న అడిగితే నాలుగైదు వస్తువులని పేర్కొనటానికే చాలా ఇబ్బంది పడవలసి వచ్చేది. జేసన్ ఒంటిగా ఈ పనిని సవ్యంగా చెయ్యగలడనే ఆశించాను. నా ప్రాణమిత్రుడి పట్ల నాకున్న విశ్వాసం కర్తృవం ఈ ప్రక్రియను నేను న్యాయయంగా నిర్వహించటంలో సాయపడుతుందన్న విషయం నాకు తెలుసు.

నెలాఖరి రోజున జేసన్ మళ్ళీ మా దగ్గరకొచ్చాడు. అతనూ, మిస్ హేస్టింగ్స్ నాకు ఎదురుగా, బల్లకి అటువైపు కూర్చున్నారు. మామూలుగా పరస్పరం పలకరింపులు అయిపోయాక జేసన్ ఇలా అన్నాడు, "చూడండి, నాకు చేతనైనంతవరకూ కష్టపడి ప్రయత్నమైతే చేశాను, రెడ్ తాతయ్య మనసులో ఈ కానుకల గురించి ఉన్న ఆలోచనకి తగ్గట్టు నేనిచ్చిన కానుకలు ఉన్నాయో లేదో నేను చెప్పలేను. కానీ ఈ పని సులభమని మాత్రం అనిపించలేదు," అన్నాడు.

నేను నవ్వి, "నేర్చుకోదగ్గ పాఠాలేవీ సులభంగా ఉండవు," అన్నాను.

జేసన్ ఒక చిన్న కాయితం మడత విప్పి తన రిపోర్టు వినిపించటం మొదలుపెట్టాడు, "మా తాత నాకిచ్చిన వస్తువులు కాక, నా అంతట నేను సంపాదించుకున్న ముప్ఫై వస్తువులు ఎవరికైనా రోజుకొకటి చొప్పున ఇవ్వటం నాకు చాలా కష్టమైన పని అనిపించింది. కానీ నేను ఆ పని చెయ్యగలిగాను, వినండి, మొదటిరోజు నేనొక షాపింగ్ సెంటర్‌కి వెళ్లాను. షాపు దగ్గర ముందు వరసలోనే కారు పార్కింగ్‌కి చోటు దొరికింది. నేను కారాపి దిగుతూంటే ఇద్దరు వయసుమళ్లిన దంపతులు పార్కింగ్ చేసేందుకు చోటు వెతుక్కోవటం కనిపించింది. నేను మళ్ళీ కారెక్కి, నా కారుని వెనక్కి తీసి నా చోటు వాళ్లకిచ్చాను. నేను వెనక్కి వెళ్ళి నా కారుని మరోచోట పెట్టుకున్నాను."

నేను ఏమంటానోనని జేసన్ నాకేసి చూశాడు. నేను తలాడించి, "ఊఁ, చెప్పు!" అన్నాను.

“రెండోరోజు నగరం నడిబొడ్డున పెద్ద గాలివానలో చిక్కుకున్నాను. గొడుగులేని ఒక యువతిని నా గొడుగుకిందకి రమ్మని చోటిచ్చాను. మూడో రోజు ఆస్పత్రికి వెళ్లి రక్తదానం చేశాను. నాలుగోరోజు మా పక్కింట్లో ఉండే వ్యక్తికి ఫోన్ చేసి, ఫలానా చోట టైర్లు మంచి సేల్‌లో అమ్ముతున్నారని చెప్పాను. అతను నాతో తనకి కొత్త టైర్లు కావాలని ఇంతకుముందు చెప్పిన సంగతి నాకు గుర్తుంది. ఐదో రోజున ఒక ముసలావిడకి, ఆమె సామాన్లు మోసి కారుదాకా ఆమెను తీసుకెళ్లి సాయం చేశాను. ఆరోరోజు మా పక్కింటావిడ తన స్నేహితులతో బైటికెళ్లాలని చెప్పింది. ఆవిడ వచ్చేదాకా ఆవిడ పిల్లల్ని నేను చూసుకుంటానని అన్నాను. ఏడోరోజు అంధులుండే ఆశ్రమానికి వెళ్లి వాళ్లకి పుస్తకాలు చదివి వినిపించాను. ఎనిమిదో రోజు సూప్‌కిచెన్‌లో ఆహారం తయారుచేసి అందించే పని చేశాను. తొమ్మిదోరోజున ఒక స్నేహితుడికోసం ఒక కవితనీ, దాంతో బాటు ఒక చిన్న ఉత్తరాన్నీ రాసి పంపాను.

“పదోరోజు, మా పక్కింటి పిల్లల్ని స్కూలుకి తీసుకెళ్తానని అన్నాను. పదకొండోరోజు, సాల్వేషన్ ఆర్మీకోసం అందరూ దానమిచ్చే వస్తువులని ప్యాక్ చేసి, అందించటానికి సాయం చేశాను. పదకొండు, పన్నెండు, పదమూడు – ఈ మూడు రోజులూ – మన దేశానికి విదేశం నుంచి వచ్చిన కొందరు విద్యార్థులకి నా ఇంట్లో ఉండేందుకు చోటిచ్చాను. పధ్నాలుగో రోజు, లోకల్ స్కౌట్స్ బృందం సమావేశం జరుపుకునేందుకు సాయం చేశాను. పదిహేనోరోజు రోడ్డుమీద బ్యాటరీ పాడై ఆగిపోయిన కారుని మళ్లీ కదిలించేందుకు సాయం చేశాను. పదహారో రోజు, ఆస్పత్రిలో ఉన్న రోగులు చాలామందికి ఉత్తరాలు రాశాను. పదిహేడో రోజు జంతువులకి ఆశ్రయమిచ్చే కేంద్రానికి వెళ్లి ఎన్నో కుక్కల్ని పార్కులో షికారుకి తీసుకెళ్లాను. పద్ధెనిమిదో రోజు, చాలాసార్లు విమానంలో ప్రయాణం చేసి సంపాదించుకున్న అదనపు మైళ్లని (అంటే ఉచితంగా కొన్నిమైళ్లు ప్రయాణం చేసే వెసులుబాటును ఎయిర్‌లైన్స్ ఇస్తుంది) కాలిఫోర్నియాకి వెళ్లి తమ బ్యాండు కార్యక్రమాన్ని ప్రదర్శించాలనుకుంటున్న హైస్కూలు పిల్లలకి ఇచ్చేశాను. పంతొమ్మిదో రోజు, స్థానిక సేవాసంస్థ ఒకదానితో కలిసి వికలాంగులకీ, వయసు మళ్లిన వారికీ భోజనాలు చేరవేశాను.

“ఇరవై, ఇరవై ఒకటి, ఇరవై రెండు, ఇరవై మూడు, ఎప్పుడూ క్యాంపులకి వెళ్లని కొందరు చిన్న పిల్లలని స్కౌట్ బృందంతో కలిసి చేపలు పట్టేందుకు ఊరి బైటికి తీసుకెళ్లాను. అసలు నేనుకూడా ఎప్పుడూ క్యాంపింగ్‌కి కాని, చేపలు పట్టటానికి, కానీ వెళ్లలేదు. ఇరవై నాలుగోరోజు, ఊళ్లో ఉండే ఒక చర్చికి సెకండ్‌హాండ్ వస్తువులను అమ్మి డబ్బు సంపాదించటంలో సాయం చేశాను. ఇరవై ఐదు, ఇరవై ఆరు, ఇరవై ఏడో రోజున రిసెప్షన్ చేసుకునేందుకు ఒక దాతృత్వ సంస్థకు నా ఇంటిని వాడుకోనిచ్చాను. ఇరవై ఎనిమిదో రోజు, మా పొరుగునున్న ఒక వ్యక్తి ఇంటి ముందు పడిన ఎండుటాకుల్ని ఏరటానికి అతనికి సాయం చేశాను. ఇక నమ్ముతారో లేదో గాని, ఇరవై తొమ్మిదో రోజున

ప్రాథమిక పాఠశాల బిస్కెట్లు చేసి అమ్మే కార్యక్రమం మొదలుపెడితే, వాళ్లకోసం బిస్కెట్లు తయారుచేసి ఇచ్చాను."

అంతదాకా చెప్పి జేసన్ ఆగాడు. అలా ఇరవై తొమ్మిది రోజులూ ఇచ్చినవాడు, ముప్ఫైయో రోజున ఏమీ ఇవ్వలేని స్థితికి చేరుకుని ఉంటాడని నేననుకోలేకపోయాను. చివరికి, "జేసన్, మరి ముప్ఫైయోరోజు మాటేమిటి?" అన్నాను గాభరా పడుతూ.

జేసన్ నవ్వి, "ఈరోజే ముప్ఫైయో రోజు. మీరూ, మిస్ హేస్టింగ్స్, నేను ఇంట్లో తయారు చేసిన బిస్కెట్లు రుచి చూడాలని కోరుకుంటున్నాను," అంటూ తన కాళ్ల దగ్గరున్న సంచీని అందుకుని, మా ఇద్దరికీ బిస్కెట్లు ఇచ్చాడు. అతని కాళ్ల దగ్గర సంచీని నేను చూడనేలేదు.

ఆ నెలరోజుల్లో తనకి అప్పజెప్పిన పనిని జేసన్ చక్కగా పూర్తి చేశాడని తెలియగానే నేను హాయిగా ఊపిరి పీల్చుకున్నాను. బిస్కెట్టుని కొరికి రుచి చూసి, "బాగానే ఉంది, కానీ నీ కలలు బిస్కెట్లూ, కేకులూ లాంటివి తయారు చెయ్యటం గురించి కాదని తెలుసు కాబట్టి ఇక భయం లేదు," అన్నాను.

ముగ్గురం నవ్వేశాం. ఆ నెలలో తను కలుసుకున్న వాళ్లందరి గురించీ, వాళ్లకి తను ఇచ్చిన వాటి గురించీ అతను మధ్యాన్నం వరకూ మాట్లాడుతూనే ఉన్నాడు. ఇచ్చేప్పుడు ఎంతో చిన్నది అనిపించే కానుక తీసుకునే వాళ్లకి ఎంత అద్భుతంగా ఉన్నట్టు పరిణమిస్తుందో అనే విషయం నాకు మళ్లీ ఒకసారి గుర్తుచేశాడు జేసన్.

కృతజ్ఞత అనే కానుక

మనం జీవితంలో ఇంకా ఏదో కావాలని తహతహలాడేప్పుడు,
మన దగ్గర ఆసరికే ఉన్నవాటిని గురించి ఒకసారి బాగా ఆలోచించాలి.
అలా చెయ్యటం వల్ల, మనకి తరచు
మన జీవితాలు ఎంత పరిపూర్ణంగా ఉన్నాయో తెలిసివస్తుంది.

అధ్యాయం పన్నెండు

పన్నెండో నెల మేమందరం సమావేశమయేందుకు జేసన్ వచ్చినప్పుడు, క్రితం నెల అతను ప్రతిరోజూ ఒక కొత్త కానుక ఇచ్చేందుకు తనంతట తాను ఎలా ప్రయత్నించి నెగ్గాడా అన్న ఆశ్చర్యం నుంచి నేనింకా తేరుకోనేలేదు. మేమింత వరకూ నేర్చుకున్న పాఠాలన్నిటినీ ఒకసారి మననం చేసుకున్నాను, ఆ తరవాత రెడ్ స్టీవెన్స్ ఇవ్వదల్చుకున్న అత్యుత్తమమైన కానుకని అందుకునేందుకు జేసన్‌కి ఇంకా ఎంతోసమయం ఎదురు చూడక్కర్లేదన్న విషయం గుర్తు చేసుకున్నాను.

బేస్‌బాల్ ఆటలో బంతివిసిరేవాళ్లు ఒక్క పాయింటు కూడా చెయ్యకుండానే ఆట ముగిసే సమయం వచ్చినప్పుడు వాళ్లకి కలిగే భావం లాంటిదే నాకు కలిగింది. ఒక్క చిన్న పొరపాటు ఇంత పెద్ద ప్రయత్నాన్నీ చెడగొట్టగలదని ఆ సమయంలో గ్రహింపుకి వస్తుంది. జేసన్ ఒక్కో నెలా తన పనిని విజయవంతంగా ముగిస్తూ ఉన్నప్పుడు, మాకిద్దరికీ సంతృప్తి అనిపించేది, కానీ అదే సమయంలో, మునుపటి కన్నా ఎక్కువ పోగొట్టుకునే ప్రమాదం ఉందని కూడా అనిపించేది.

కాన్ఫరెన్స్ గదిలో మిస్‌హేస్టింగ్స్, జేసన్, నేనూ ప్రవేశించినప్పుడు, రెడ్ స్టీవెన్స్ ఈసారి మాకోసం ఏం చెప్పబోతున్నాడో తెలుసుకోవాలని ఉవ్విళ్లూరాం. మిస్ హేస్టింగ్స్ వీడియో ఆన్ చేసింది, ఎప్పట్లాగే రెడ్ స్టీవెన్స్ తెరమీదికొచ్చాడు.

"మీకందరికీ శుభాకాంక్షలు, జేసన్‌కి అభినందనలు, మిస్టర్ హామిల్టన్‌కీ, మిస్ హేస్టింగ్స్‌కీ ధన్యవాదాలు."

తరవాత రెడ్ స్టీవెన్స్ తన కుడికన్ను కొట్టాడు. ఐదు దశాబ్దాలకుపైగా ఆసైగ నాకు సరదా కలిగించింది. ఆ ఒక్క కనుసైగ కొన్ని లక్షల భావాలను పలికించగలిగేది, అతని అంత్యక్రియలకి హాజరైన తరవాత మళ్లీ నేను ఆ సైగని చూడగలనని అనుకోలేదు.

అతను మాట్లాడసాగాడు, "ఎవరైనా ఇటువంటి వీలునామానీ, వీడియోనీ తయారు

చేసేప్పుడు, అసంకల్పితంగానే తన మొత్తం జీవితాన్నంతా తిరగేసి చూసుకుంటారు. నేను ఎన్నో ప్రాంతాలకి వెళ్లాను, ఎన్నో అనుభవాలని చవి చూశాను, నేను ఒక్క జీవితాన్నే గడిపానని నమ్మటం కష్టంగా ఉంది.

"చిన్నప్పుడు చాలా పేదరికం అనుభవించాను, పూట గడిచేందుకు రోజుకూలీ చెయ్యవలసి వచ్చేది, పేవ్‌మెంటు మీద పడుకుని నిద్రపోయేవాణ్ణి, మరోపక్క రాజ వంశీయులతోనూ, ప్రెసిడెంట్లతోనూ గడిపిన రోజులున్నాయి. ఈ జీవితం అందించగల భౌతిక సౌఖ్యాలన్నీ నాకు తెలుసు. వెనక్కి తిరిగి చూసుకుంటే వాటన్నిటికీ కృతజ్ఞతలు తెలుపుకోవాలనిపిస్తుంది.

"ఒకానొక పరిస్థితిలో అన్నిటికన్నా భయంకరమైన అనుభవాలు అని నేననుకున్నవాటినుంచి నేను ప్రోది చేసుకున్న జ్ఞాపకాలలో అతి ప్రియమైనవి ఉన్నాయి."

రెడ్ ఆగి, ఆలోచించి కొనసాగించాడు, "జేసన్, ఈ నెలలో, నీ జీవితంలో నువ్వెన్నడూ అనుభవించని విషయాన్ని గురించి పాఠం నేర్చుకోబోతున్నావు. అదే కృతజ్ఞతా భావం.

"ఈ లోకంలో అందరికన్నా ఎక్కువ కృతజ్ఞతా భావాన్ని కలిగి ఉండాల్సిన వాళ్లు ఎన్నడూ దాన్ని ప్రదర్శించకపోవటం నాకు ఆశ్చర్యాన్ని కలిగిస్తుంది. మరోవైపు, అసలు ఏమీ లేనివాళ్లు ఎంతో కృతజ్ఞతా భావంతో బతకటం కూడా నేను చూశాను.

"నేనింకా యౌవనంలో ఉన్నప్పుడు, ఈ ప్రపంచాన్ని జయించేందుకు ఒంటరిగా బైలుదేరినప్పుడు, నేనొక వృద్ధుణ్ణి కలుసుకున్నాను. ఈనాటి భాషలో అతన్ని దిక్కులేనివాడని అనాలేమో. మా రోజుల్లో చాలామంది రైళ్లలో దేశమంతా తిరుగుతూ, అక్కడా ఇక్కడా చిన్న చిన్న పనులు చేసుకుంటూ జీవితం వెళ్లబుచ్చేవాళ్లు. ఆ ఆర్థిక మాంద్యం రోజుల్లో, ఈ దేశదిమ్మరులనబడే వాళ్లు బాగా చదువుకుని, జీవితంలో విలువైన అనుభవాలని గడించిన వాళ్లై ఉండేవాళ్లు.

"జోష్, నేనూ కలిసి దాదాపు ఒక ఏడాది కాలం పాటు ప్రయాణం చేశాం. అప్పుడు నాకాయన చాలా వయసుమళ్లిన వాడిలా కనిపించాడు, నేనింకా కౌమార దశలో ఉండటం వల్ల నా కళ్లకి ఆయన అలా కనిపించి ఉండచ్చు. నేను కలుసుకున్న వాళ్లందరిలోనూ ఆయనొక్కడే 'ఈరోజు నాకు చెడురోజు' అననివాడు, ఇది నేను కచ్చితంగా చెప్పగలను. ఒకవేళ ఆయనకి ఏ రోజైనా చెడురోజు అనిపించినా, దాని తాలూకు లక్షణాలేవీ బైటికి కనిపించనీయలేదు. మేం చేసిన ప్రయాణం ఎలాంటిదంటే, వాన, చలీ, ఆకలీ అన్నిటినీ తట్టుకోవాల్సి వచ్చేది. కానీ మాకు దారిలో కనబడ్డవారందరితో జోష్ ఎప్పుడూ సంతోషంగా మాట్లాడేవాడు, ఎటువంటి ఫిర్యాదులూ చేసేవాడు కాదు.

"చివరికి, నేను టెక్సాస్‌లో స్థిరపడి, అక్కడ నా అదృష్టాన్ని పరీక్షించుకోవాలని నిర్ణయించుకున్నప్పుడు, నేనూ, జోష్ విడిపోయాం. స్థిరపడటం ఒక్కటే జీవితలక్ష్యం

కాదు. మేం విడిపోతున్నప్పుడు, 'మీరెప్పుడూ అంత ఆనందంగా ఎలా ఉండగలుగుతున్నారు?' అని జోష్‌ని అడిగాను. తన తల్లి చనిపోతూ తనకి వదిలి వెళ్లిన వారసత్వం 'గోల్డెన్ లిస్ట్' (బంగారు జాబితా) అని అతనన్నాడు.

"ప్రతిరోజూ నిద్రలేచే ముందు మంచం మీదో లేక పడుకున్న మరో చోటనో, అలాగే పడుకుని ఉండి, ఒక బంగారు ఫలకాన్నీ, దాని మీద తన జీవితంలో తను కృతజ్ఞత చూపించవలసిన పది విషయాలు రాసి ఉన్నట్టూ ఊహించుకునేవాడట. అతని తల్లి జీవితాంతం అలాగే చేసిందని జోష్ నాకు చెప్పాడు. ఆమె తన బంగారు జాబితాని గురించి తనకి చెప్పాక, ఒక్కరోజు కూడా దాన్ని తల్చుకోకుండా గడపలేదని అన్నాడు.

"ఇప్పుడు ఇలా నీతో ఈ విషయం చెబుతున్నప్పుడు, దాదాపు అరవై ఏళ్లక్రితం జోష్ నాకీ విషయం చెప్పినప్పట్నించీ, నేను కూడా, ఒక్కరోజు విడవకుండా దాన్ని పాటిస్తున్నానని చెప్పటానికి గర్వపడుతున్నాను. ఒక్కోరోజు చాలా తుచ్ఛమైన విషయాలకి కూడా కృతజ్ఞత తెలుపుకుంటాను, ఇంకోసారి నాకీ జీవితమూ, దాన్ని చుట్టి ఉన్న ఇన్ని విషయాలూ దొరికినందుకు కృతజ్ఞతా భావంతో వంగిపోతాను."

రెడ్ గొంతు సవరించుకుని, ఒక గుక్క నీళ్లు తాగి తనని తాను సంబాళించుకుని, ఇలా అన్నాడు, "జేసన్, నేను ఈ బంగారు జాబితా అనే వారసత్వాన్ని ఇవాళ నీకు అందిస్తున్నాను. ఇది వందేళ్లు నిలిచి ఉండటానికి కారణం, దీన్ని జోష్ వాళ్లమ్మ అతనికీ, అతను నాకూ, ఇప్పుడు నేను నీకూ అందించటం వల్లేనని నాకు తెలుసు. ఈ విషయాన్ని జోష్ వాళ్లమ్మ ఎలా కనిపెట్టిందో నాకు తెలీదు, బహుశా దీని మూలాలు గతంలో నాకు కూడా అందనంత దూరంలో ఉండి ఉండచ్చు.

"ఏది ఏమైనా, నేను దీన్ని నీకిస్తున్నాను. మొదట్లో దీన్ని నువ్వు శ్రద్ధగా పాటించావంటే త్వరలోనే ఇది నీ జీవితంలో ఒక భాగంగా మారిపోతుంది. అది ఊపిరితీసుకున్నంత సహజంగా అలావాటైపోతుంది.

"ఈ నెలలో, నువ్వు కృతజ్ఞుడవై ఉండాల్సిన విషయాలన్నిటి గురించీ ఆలోచించాలన్నది నా కోరిక. నెలాఖరికి నువ్వు మళ్లీ ఇక్కడికొచ్చినప్పుడు, నీ బంగారు జాబితాని మిస్టర్ హామిల్టన్‌కి చెప్పాల్సి ఉంటుంది. దీన్ని నీ జీవితాంతం కొనసాగిస్తావని ఆశిస్తాను. ఏదో ఒక రోజు, నాలాగే, దీన్ని ఇంకొకరికి అందించే అవకాశం నీకు కూడా వస్తుందని అనుకుంటున్నాను."

రెడ్ బొమ్మ మాయమై, తెర ఖాళీ అయింది.

మర్నాడు ఉదయం ఎప్పటిలాగే సరిగ్గా ఐదుగంటలకి నిద్రలేచాను. అలారం పెట్టుకోకుండానే ఏళ్లతరబడి నేనా సమయానికి లేస్తున్నాను. జేసన్‌కి రెడ్ చెప్పిన బంగారు జాబితా గురించి ఆలోచిస్తూ పడుకుని ఉండిపోయాను. లేచేవరకూ నేను నా సొంత

జాబితాని మనసులో ఊహించుకుంటూ పడుకుని ఉన్నాను.

ఎనభై ఏళ్ల వయసులో, మంచం మీంచి లేచేందుకు మునుపటి కన్నా ఎక్కువ సమయం పడుతుంది. అందుచేత, రెడ్ స్టీవెన్స్ చెప్పిన కృతజ్ఞతా భావాన్ని గుర్తు చేసుకునే ఈ పనిని చేసేందుకు నాకు బోలెడంత తీరిక ఉంటుందని అనుకున్నాను.

నెలాఖరు దగ్గరపడుతున్నకొద్దీ నా ఆలోచనలు జేసన్ స్టీవెన్స్ చుట్టూ తిరగసాగాయి. నాలాగే ప్రతిరోజూ అతను కూడా బంగారు జాబితా విషయంలో ముందుకి పోతూనే ఉంటాడని అనుకున్నాను. జీవితమంతా ఇంతవరకూ దేన్ని గురించీ ఆలోచించకుండానే అతనికి గడిచిపోయింది. అందుకే నేను ఆదుర్దా పడ్డాను.

నెలాఖరు రోజున జేసన్ కాస్త ముందుగా వచ్చాడు. అతని కళ్లలో మెరుపు, నడకలో ఉత్సాహం కనిపించాయి. నా ఆదుర్దా కొద్దిగా తగ్గుముఖం పట్టింది. నేను జేసన్‌కి షేక్‌హ్యాండిచ్చాను. మిస్‌హేస్టింగ్స్‌ని అతను పలకరించాడు. నేను నా బల్ల ముందు కూర్చున్నాను, మిస్ హేస్టింగ్స్‌కి కుర్చీలో కూర్చునేందుకు జేసన్ సాయం చేశాడు. తరవాత ఆమె పక్కనున్న ఖాళీ కుర్చీలో కూలబడ్డాడు.

"నువ్వివాళ సంతోషంగా కనిపిస్తున్నావే, జేసన్!" అన్నాను.

అతను గట్టిగా నవ్వి, "నేనింత సంతోషంగా ఉండగలనని ఎప్పుడూ ఊహించలేదు," అన్నాడు.

జేసన్ తన బంగారు జాబితా గురించి మాకు చెప్పటం మొదలుపెట్టాడు.

"ఈ నెలంతా, ప్రతిరోజూ, నేను వేటికి కృతజ్ఞత తెలపాలి, అని ఆలోచిస్తూ ఉన్నాను. కానీ అన్ని విషయాలుంటాయని నేను కలలో కూడా అనుకోలేదు.

"ముందు, నా ఆరోగ్యం బాగున్నందుకు కృతజ్ఞతలు చెప్పుకోవాలి. నా ఆరోగ్యం ఎప్పుడూ బాగానే ఉంటుంది. ఇకపోయిన పది నెలల్లో, రెడ్ తాతయ్య వీలునామాని అనుసరించి, నేను శారీరక సమస్యలతో బాధపడుతున్నవాళ్లని చాలామందిని కలిశాను. అందుకని నా ఆరోగ్యానికి నేను ఎప్పుడూ కృతజ్ఞత తెలుపుకుంటాను.

"రెండు, నా యవ్వనానికి నేను కృతజ్ఞతలు తెలియజేయాలి. ఇంతవరకూ జీవితంలో ఎన్నో ముఖ్యమైన విషయాలు నాకు దొరక్కుండాపోయాయని తెలుసుకున్నాను. కానీ యౌవనం అన్ని అడ్డంకులనీ అధిగమించగలదన్నది నా నమ్మకం.

"మూడు, నాకు ఇల్లునందుకు కృతజ్ఞతలు. అదొక అద్భుతమైన ఇల్లు. మా రెడ్ తాతయ్య ధర్మమా అని నాకది దొరికింది. పట్టించుకోవలసినంతగా ఆయన ఔదార్యాన్ని నేనింతవరకూ పట్టించుకోలేదు. కానీ వీలునామాలో చెప్పిన అత్యుత్తమమైన కానుక వల్ల, ఇతరులతో నా ఇంటిని పంచుకుని, దాని గొప్పదనాన్ని గురించి తెలుసుకోగలిగాను."

"నాలుగు, నా స్నేహితులపట్ల కృతజ్ఞత తెలియజేయాలి."

మిస్ హేస్టింగ్స్ కేసీ, నాకేసీ చూసి జేసన్ ఇలా చెప్పటం కొనసాగించాడు, "మీరిద్దరూ, బ్రయాన్, గస్ కాల్డ్‌వెల్, రెడ్ స్టీవెన్స్ హోమ్‌లోని కుర్రాళ్లూ, ఇంకా ఒక ప్రత్యేకదృష్టితో చూస్తే మా రెడ్ తాతయ్య కూడానూ. దీన్ని వివరించటం కష్టం అనుకోండి.

"ఐదు, నా చదువు సంధ్యలకి నేను ధన్యవాదాలు చెప్పాలి. కాలేజీలో ఉండగా చదువుమీద పెద్దగా ధ్యాసపెట్టనప్పటికీ, చదువు సంధ్యలనీ, నేను నేర్చుకున్న దాన్నీ ప్రపంచంలో ఆచరణలో పెట్టేందుకు ఆ చదువు పనికివచ్చింది. అది నా జీవితంలో ఒక భాగంగా మారింది.

"ఆరు, ఇన్నేళ్లుగా నేను ప్రయాణం చేసి చూసిన ప్రదేశాలన్నిటికీ కృతజ్ఞతలు. ఇది మా తాతయ్య వల్లే సాధ్యమైనందుకు ఆయనకి కూడా ధన్యవాదాలు తెలుపుకుంటున్నాను.

"ఏడు, నాకు కారున్నందుకు ధన్యవాదాలు తెలిపాలి. అది నాకు సరదాగా ఉండేందుకు తోడ్పడటం అటుంచి, దానిమీద నేను ఎప్పుడూ ఆధారపడగలను. విశ్వాసంగా నాకోసం పనిచేస్తుంది. బ్రయాన్‌ని కలిశాక, అందరూ నా అంత అదృష్టవంతులు కారన్న నిజాన్ని గ్రహించాను.

"ఎనిమిది, నా కుటుంబానికి నా కృతజ్ఞతలు. ఇన్నేళ్లుగా నేను ప్రతిసారీ వాళ్ల ప్రాముఖ్యాన్ని గుర్తించనప్పటికీ, కుటుంబాల గురించి చాలా విషయాలే తెలుసుకున్నాను. భవిష్యత్తులో నా కుటుంబంలో సత్సంబంధాలు కలిగి ఉండటమే కాకుండా కొత్త వాళ్లతో కూడా కుటుంబ సంబంధాలు ఏర్పరచుకోగలుగుతాను.

"తొమ్మిది, ఇన్నేళ్లుగా రెడ్ తాతయ్య సంపాదించి పెట్టిన డబ్బుకి కృతజ్ఞతలు. అంతకన్నా కూడా, రెడ్ తాతయ్య ప్రయాస వల్ల డబ్బు విలువనీ, ప్రయోజనాన్నీ తెలుసుకున్నందుకు ఇంకా ఎక్కువ కృతజ్ఞతలు తెలుపుకోవాలి. భవిష్యత్తులో దాన్ని గురించి ఇంకా తెలుసుకుంటాననీ, ఇంకా తెలివిగా దాన్ని ఉపయోగించుకుంటాననీ అనుకుంటున్నాను.

"ఇక చివరిగా పది, అత్యుత్తమమైన కానుక దాకా అంచెలంచెలుగా నన్ను నడిపించిన ఈ మెట్లన్నిటికీ ధన్యవాదాలు. ఇదంతా ఆలోచించి, సమకూర్చేందుకు ఇంత కష్టపడి ఆలోచించిన తాతయ్య రెడ్‌కీ, అయన ఆశయాలని అమలు చేసిన మీ ఇద్దరికీ నా కృతజ్ఞతలు."

మిస్ హేస్టింగ్స్ మధ్యలో అడ్డుపడి, "ఇది అద్భుతమైన జాబితా, జేసన్! నువ్వు బంగారు జాబితానీ, కృతజ్ఞత అనే జాబితానీ చాలా చక్కగా అర్థం చేసుకున్నావు," అంది.

జేసన్ నవ్వి, "అసలు అన్నిటికన్నా ఆశ్చర్యకరమైన విషయం ఏమిటో తెలుసా, మిస్ హేస్టింగ్స్? నేను ఆగకుండా అలా ముందుకి వెళ్తూనే ఉండగలగటం. మనమందరం

చాలా విషయాలకి కృతజ్ఞులమై ఉండాలి. ఆ జాబితాని పదికి మాత్రమే పరిమితం చెయ్యటం కష్టమే."

నేను జేసన్‌ని అభినందించాను. షేక్‌హ్యాండిచ్చాక జేసన్ వెళ్లిపోయాడు. మర్నాడు ఉదయం నేను కృతజ్ఞుడనై ఉండవలసిన విషయాల జాబితా గురించి ఆలోచించినప్పుడు, అందులో రెడ్ స్టీవెన్స్‌నీ, జేసన్‌నీ తప్పక చేర్చాలని నాకు నేను గుర్తు చేసుకున్నాను.

ఒక దినాన్ని కానుకగా

జీవితసారాన్ని కుదిస్తే అది ఒకసారికి ఒకరోజు అవుతుంది.
ఈ రోజే ఆ రోజు!

అధ్యాయం పదమూడు

జేసన్ అత్యుత్తమమైన కానుకని అందుకునేందుకు చేస్తున్న ప్రయత్నంలో మేం పదకొండో నెలకి చేరుకున్నాం. ఈ నెలలోనే రెడ్ స్టీవెన్స్ పోయి ఏడాది నిండుతుందని నాకు గుర్తొచ్చింది. చాలాసార్లు నా ప్రాణస్నేహితుడు, జీవితాంతం స్నేహితుడిగా మెలిగిన అతను నాకు గుర్తుకు రాసాగాడు.

రెడ్ స్టీవెన్స్, నేనూ పూర్తిగా వేర్వేరు నేపథ్యాలనుంచి వచ్చాం. పైకి చూసేందుకు మా ఇద్దరికీ ఎటువంటి సామ్యమూ ఉన్నట్లు కనబడేది కాదు. కానీ ఇద్దరికీ ఎక్కడో సఖ్యత కుదిరింది. ఒకచోట ఇద్దరం కలిశాం, మనసులూ, ఆలోచనలూ కలిశాయి. అక్కణ్ణించి ఇంక ఐదు దశాబ్దాలపాటు మా స్నేహం వర్ధిల్లుతూ వచ్చింది.

రెడ్ స్టీవెన్స్‌లో ఒక విశ్వరూపం నాకెప్పుడూ కనిపించేది. నాకు బోస్టన్‌లోని బ్యాక్ బేలో ఉండే నా ఆఫీసు సౌకర్యంగా అనిపించేది, కానీ రెడ్ స్టీవెన్స్‌కి టెక్సాస్‌లో ఉండటమే నచ్చేది. ఎందుకోగాని ఆ చోటే అతనికి నప్పేది. రెడ్‌స్టీవెన్స్ లాంటివాళ్లని రూపొందించేందుకు టెక్సాస్ లాంటి చోటు అవసరం.

ఒక స్నేహితుడు తోడుంటే ఇక ఎవరికీ ఒంటరితనం ఉండదనే మాట నేను చాలామంది అనగా విన్నాను. రెడ్ స్టీవెన్స్ లాంటి వ్యక్తి స్నేహితుడైతే ఇక ఎవరూ ఒంటరిగా ఉండక్కర్లేదని నేను నమ్ముతాను. అతను ఎప్పటికీ నాతోనే ఉంటాడని నాకు తెలుసు. జేసన్ కోసం తను ప్లాన్ చేసిన అత్యుత్తమమైన కానుక దాకా జేసన్‌ని ఒక్కొక్క అడుగే ముందుకి తీసుకెళ్లే బాధ్యత రెడ్ స్టీవెన్స్ నాకు అప్పగించాడనీ, నన్నే ఆ పనికి ఎంచుకున్నాడనీ నాకు చాలా గర్వంగా అనిపించింది.

నేనిలా ఆలోచిస్తూండగా జేసన్ స్టీవెన్స్ వచ్చాడు, మా కంపెనీ తాలూకు కాన్ఫరెన్స్ గదిలో ఎప్పుడూ కూర్చునే స్థానాల్లోనే మేం ముగ్గురం కూర్చున్నాం. మీట నొక్కగానే వీడియో టేప్‌లోంచి గదికి ఒక కొసలో ఉన్న టీవీ తెరమీదికి రెడ్ స్టీవెన్స్ వచ్చాడు.

అతను చిరునవ్వు నవ్వి సంతోషం నిండిన గొంతుతో, "అభినందనలు, జేసన్!

ఇప్పుడు నీతో మాట్లాడుతున్నానంటే, పోయిన నెల నువ్వు కృతజ్ఞత అనే కానుకని గురించి క్షుణ్ణంగా తెలుసుకున్నావని మిస్టర్ హేమిల్టన్ అంగీకరించినట్టే అనుకోవాలి.

"జేసన్, నీకొక విషయం చెప్పాలి. నా వీలునామాలో అత్యుత్తమమైన కానుకని ఒకదాన్ని ఇవ్వాలన్న ఆలోచన వచ్చినప్పుడు, చాలా సమయాన్ని నీ గురించి ఆలోచిస్తూ గడిపాను. ప్రతి రోజూ ఉదయం నేను చూసుకునే బంగారు జాబితాలో నీకు శాశ్వతమైన స్థానం లభించింది. నువ్వు, నేనూ ఒకే కుటుంబంలో వారసులమని నాకు చాలా సంతోషంగా ఉంది. ఒకరకమైన నిప్పు రవ్వ, నాలో ఉందని నాకెప్పుడూ అనిపించేది. దాన్నిప్పుడు నీలోకూడా నేను చూస్తున్నాను. కేవలం కుటుంబ సంబంధాల వరకే పరిమితం కాని ఇంకేదో ఆత్మబంధం మనిద్దరిమధ్యా ఉంది, అనిపిస్తుంది."

రెడ్ మాట్లాడుతూంటే జేసన్ తలాడించటం కంటి కొసల్లోంచి నేను గమనించాను.

రెడ్ మాట్లాడటం కొనసాగించాడు, "నేను విల్లు తయారు చెయ్యటం గురించీ, నా జీవితం, నా మృత్యువు గురించి ఆలోచిస్తున్నప్పుడు, నా జీవితంలో ప్రత్యేకతని నింపిన అంశాలన్నిటి గురించీ ఆలోచించాను. ఎన్నో జ్ఞాపకాలని నెమరు వేసుకున్నాను, వాటిని ఒక నిధిలా నావెంటే ఉంచుకున్నాను.

"నీ ఎదురుగా నీ మృత్యువే వచ్చి నిలబడ్డప్పుడు, నువ్వు ఎంత జీవితాన్ని గడిపావో, ఎంత నీ చేజారిపోయిందో, ఒకసారి తల్చుకుంటావు. ఒక ఇసుక గడియారంలోంచి ఇసుక కిందికి జారటం లాంటిది అది. ఎప్పుడో ఒకప్పుడు నా జీవితంలోనూ ఆఖరి రోజనేది వస్తుందని నాకు తెలుసు. ఇంక నా జీవితంలో ఒకే ఒక రోజు మిగిలుందని తెలిస్తే, దాన్ని ఎలా గడుపుతాను, ఏం చేస్తాను అని చాలా దీర్ఘంగా ఆలోచించాను. ఒక రోజులో వీలైనంత ఎక్కువగా జీవించటం అనేదాన్ని మనసులో ఊహించుకున్నప్పుడు, ఇక జీవితసారాన్ని పూర్తిగా అర్థం చేసుకున్నట్టే. ఎందుకంటే జీవితం అంటే రోజులని వరసగా గడపటమే తప్ప మరేమీ కాదు. ఒకరోజుని సంపూర్ణంగా జీవించేందుకు ఉపయోగించుకోవటం నేర్చుకున్నట్టయితే, మన జీవితాలు విలువా, సార్థకతా సంతరించుకుంటాయి.

"జేసన్, రాబోయే ముప్ఫై రోజుల్లో, నువ్వు నీ జీవితంలోని చివరి రోజుని ఎలా గడుపుతావో ప్లాన్ చేసుకోవాలని కోరుకుంటున్నాను. నెలాఖరికి, ఆ వివరాలని మిస్టర్ హేమిల్టన్‌కి అందించు. ఒక మామూలు రోజులో ఎంత జీవితాన్ని నింపగలవో కనిపెట్టగలవనే అనుకుంటున్నాను. అప్పుడు నేను కనుక్కున్న విషయాన్నే నువ్వు కూడా కనుక్కోగలుగుతావు. మరింక ఒక రోజుని వీలైనంత సంపూర్ణంగా జీవించేందుకు మనం చివరి రోజు దాకా ఆగటం దేనికి?

"ఈ ఆఖరి రోజుని తయారుచేసుకునేందుకు అవసరమైన సామానూ, విషయాలూ, అన్నీ నీ దగ్గర ఉన్నాయి. ఈ రోజూ, నీ జీవితంలో ప్రతిరోజూ బావుండాలని కోరుతున్నాను."

రెడ్ స్టీవెన్స్ తెరమీంచి మాయమయాడు.

జేసన్ గట్టిగా నిట్టూర్చి, "నేనెప్పుడూ చావుగురించీ, నా జీవితంలో చివరి రోజు గురించీ ఆలోచించనేలేదు, తెలుసా?" అన్నాడు.

నేను నవ్వి, "నేనూ నీ వయసులో ఉండగా, దాన్ని గురించి అట్టే ఆలోచించలేదులే. కానీ మీ తాత చెప్పదల్చుకున్నదేమిటంటే, దాన్ని గురించి ఆలోచించటం వల్ల నీకు చాలా లాభం కలగుతుందని ఆయన ఉద్దేశం. ఇక నువ్వీ విషయాన్ని ఎంత చిన్న వయసులో నేర్చుకుంటే నీ జీవితంలో నాణ్యత అంతగా పెరుగుతుంది," అన్నాను.

జేసన్, నేనూ లేచి షేక్‌హ్యాండిచ్చుకున్నాం. ఒక రోజు అనే కానుకని నెలరోజులపాటు వెతికే ప్రక్రియని ప్రారంభించేందుకు అతను వెళ్లిపోయాడు.

జేసన్‌లా కాకుండా నేను నా చివరిరోజుని ఎలా గడుపుతాను అనే విషయం గురించి చాలానే ఆలోచించాను. ఆ ఇరవై నాలుగ్గంటల్లో నేను నింపదల్చుకున్నవి ఏమేమిటి అని కూడా బాగా ఆలోచించాను. ఆ నెలరోజులూ నా ఆలోచనలని ఈ విషయాలే ఆక్రమించుకున్నాయి.

నెలాఖరిరోజున జేసన్ స్టీవెన్స్ నా ఆఫీసుగదిలోకి వచ్చాడు. ఏదో ఒక పెద్ద ఉద్యమానికి సిద్ధమైనవాడిలా అతని ధోరణీ, ప్రవర్తనా కనిపించాయి నా క్లయింట్లు కూర్చునే ఒక కుర్చీలో అతను కూర్చున్నాడు. రెండో కూర్చీలో మిస్ హేస్టింగ్స్ కూర్చుంది.

"నిన్ను మళ్లీ కలుసుకోవటం చాలా ఆనందంగా ఉంది, జేసన్, ఈ నెలలో కూడా నువ్వు పనికొచ్చే విధంగానే కాలాన్ని గడిపావని తలుస్తాను," అన్నాను.

జేసన్ ఉత్సాహం పట్టలేకపోయాడు, "చాలా అద్భుతంగా గడిచింది. కానీ చనిపోయేలోపల నేను చెయ్యదల్చుకున్నదంతా ఒక్కరోజులో కుదించటం సాధ్యంకాదని అనుకుంటా. కానీ ఒక విషయం మాత్రం చాలా ఆశ్చర్యం కలిగించింది, నా జీవితంలో నేను ఆఖరి రోజున చెయ్యదల్చుకున్న పనులన్నీ చాలా సరళమైన, మామూలు పనులే అని గ్రహించాను."

జేసన్ మాట్లాడటం ఆపి మిస్ హేస్టింగ్స్ వైపూ, నావైపూ చూశాడు. తన కోటు జేబులోంచి ఒక కాయితాన్ని తీశాడు. అందులో తను రాసుకున్న దాన్ని ఒకసారి చూసి మళ్లీ చెప్పటం మొదలుపెట్టాడు.

"నా జీవితంలో ఆఖరిరోజున ఉదయం పెందలాడే లేవాలనుకుంటున్నాను సమయాన్ని వృథా చెయ్యటం అసలు కుదరదు కదా! ఇంతా మంచం మీంచి లేవకుండానే, నేను కృతజ్ఞత తెలపాల్సిన విషయాలన్నిటినీ ఒకసారి నెమరు వేసుకుంటాను - నా బంగారు జాబితాలో వాటిని చేర్చాలి. కానీ పోయిన నెల పది విషయాల గురించి మనం మాట్లాడుకున్నట్టు కాకుండా, నేను ధన్యవాదాలు చెప్పాల్సిన వాటి జాబితాకి ఎన్నో విషయాలని ఆ ఆఖరి రోజున చేర్చాల్సి వస్తుంది.

"ఆరోజు బ్రేక్‌ఫాస్ట్ కూడా త్వరగా చేసేస్తాను. దాన్ని ఆరుబైటో, బాల్కనీలోనో కొందరు ప్రత్యేకమైన మిత్రులతో కలిసి తింటాను. వాళ్లు నాకు ఎంత ముఖ్యమైన వాళ్లో

చెప్పి, ఒక్కొక్కరికీ ఒక్కో కానుక ఇస్తాను. ఆ కానుక ఏమిటో తెలుసా? ప్రతిరోజు నించీ వాళ్లు ఎంత ఎక్కువగా పొందవచ్చో, దాన్ని జీవితాంతం ఎలా అనుభవించవచ్చో చెపుతాను."

"బ్రేక్‌ఫాస్ట్ చేశాక, నాకు జీవితంలో ప్రత్యేకమైన వారని అనిపించిన వాళ్లందరికీ ఫోన్లు చేస్తాను. టెక్సాస్‌లోని గస్ కాల్డ్‌వెల్, దక్షిణ అమెరికాలోని రెడ్ స్టీవెన్స్ లైబ్రరీలో ఉన్నవాళ్లూ, మెయిన్‌లో ఉన్న హోమ్‌లో ఉండే కుర్రాళ్లూ, ఇంకా ఎంతోమంది. నా బంధువులందరికీ, సత్సంబంధాలు లేని వాళ్లు ఎంతోమందికి కూడా ఫోన్‌లు చేస్తాను. మా మధ్యన వ్యవహారం చెడినందుకు బాధపడుతున్నాననీ, నేను చేస్తున్న పనినే – అంటే మంచి విషయాలని మాత్రం గుర్తుంచుకుని, చెడ్డవాటిని మర్చిపొమ్మనీ – వాళ్లని కూడా చెయ్యమనీ చెపుతాను.

"మధ్యాన్న భోజనానికి, నా స్నేహితుడు బ్రయాన్‌ని అతనికిష్టమైన రెస్టారెంటుకి తీసుకెళ్లి, అతను ఏం కావాలనుకుంటే అది ఆర్డర్ చెయ్యమని అంటాను. అతని జీవితంలో ముఖ్యమైన కలలని నాతో పంచుకోమని అడుగుతాను.

"మధ్యాన్నం, చిన్న చిన్న కోరికలని తీర్చుకుంటాను, వాటిలో పార్కులో నడవటం కూడా ఒకటి – వీలైతే ఈ ఏడాది మొదట్లో ఆస్పత్రిలో నేను కలుసుకున్న చిన్న పిల్ల, ఎమిలీతో – ఆ తరవాత ఆర్ట్ మ్యూజియమ్‌కి వెళ్తాను. బోస్టన్ హార్బర్‌లో తెరచాప పడవలో షికారుకెళ్తాను.

"ఇక సాయంత్రం, నా స్నేహితులందరికీ, వాళ్ల స్నేహితులకీ ఒక మంచి విందు భోజనం పెట్టిస్తాను. మీరిద్దరూ తప్పకుండా ఆ విందుకి రావాలి. విందు ముగిశాక, వేదిక మీదికి ఎక్కి, తాత రెడ్ నాకోసం వదిలి వెళ్లిన కానుకలన్నిటినీ ప్రతి ఒక్కరితో పంచుకుంటాను. దాన్ని వీడియో తీయించి, నేను చనిపోయాక నా ఈ అనుభవాలని యువతీయువకుల కోసం వదిలి వెళ్తాను."

జేసన్ మిస్ హేస్టింగ్ వైపూ, నా వైపూ ఒకసారి చూసి, మళ్లీ కాయితాన్ని చూడసాగాడు. కొంతసేపు అలా చూసి, దాన్ని మళ్లీ కోటు జేబులో పెట్టుకున్నాడు. "ఇంకా చాలా పనులు చెయ్యాలని అనుకున్నాను, అవన్నీ మంచివే, కానీ నేను చెప్పినవి మాత్రమే నా ఆఖరి రోజులో ఇముడుతాయని అనిపించింది," అన్నాడు.

నేను నవ్వి, "ఎవరైనా ఇంతకన్నా బాగా తమ జీవితంలోని ఆఖరి రోజుని గడప గలరని నేననుకోను. ఒక దినాన్ని కానుకగా చేసుకోవటం అనే విషయాన్ని గురించి మీ తాత రెడ్ అనుకున్నదాన్ని నువ్వు చాలా చక్కగా అర్థం చేసుకున్నావని నాకనిపిస్తోంది," అన్నాను.

జేసన్ లేచి నిలబడి ఆప్యాయంగా నాకు షేక్‌హ్యాండిచ్చాడు. మిస్ హేస్టింగ్‌ని క్షణంపాటు కావలించుకున్నాడు. మిస్ హేస్టింగ్స్ లిఫ్ట్‌దాకా జేసన్‌వెంట వెళ్లింది. ఎప్పుడూ చిరచిరలాడుతూ, కోపంగా ఉండే యువకుడు ఏడాదిక్రితం నా ఆఫీసుగదిలోకి అడుగు పెట్టిన సందర్భాన్ని గుర్తు చేసుకోకుండా ఉండలేకపోయాను. రెడ్ స్టీవెన్స్ పైనించి మమ్మల్ని చూసి చిరునవ్వు నవ్వుతున్నాడని నాకు తెలుసు.

ప్రేమ అనే కానుక

ప్రేమ అనే నిధికి మనం చెల్లించలేం మూల్యం.
దాన్ని సొంతం చేసుకోవాలంటే పంచటం ఒకటే మార్గం.

అధ్యాయం పధ్నాలుగు

ఈ ఏడాది కాలం మేం చేసిన సుదీర్ఘయాత్రలో మా చివరి నెలరోజులు ప్రారంభం కాబోతున్నాయన్న ఆలోచన నాలో రకరకాల భావాలని రేపింది. నేను జేసన్ కోసం ఎదురుచూస్తూ, అతనింతవరకూ సాధించిన పురోగతికి ఉప్పొంగిపోతూ, అతని ముందున్న భవిష్యత్తు గురించి ఎంతో నమ్మకంతో ఉత్సాహంగా ఊహించుకున్నాను. కానీ ఎంతో శ్రమకోర్చి చేసే అర్థవంతమైన ప్రయాణం ముగిసే సమయం వచ్చినప్పుడు ఏదో కోల్పోయినట్టు అనిపించే ఆ శూన్యాన్ని కూడా నేను అనుభవించసాగాను.

ఈ నెలసరి సమావేశాలు ఇక ఉండవు కాబట్టి నా ప్రాణస్నేహితుడు, రెడ్ స్టీవెన్స్‌ని మరోసారి కోల్పోతానని అనిపించింది. మరోవైపు, జేసన్‌లో ఈ మార్పు తీసుకువచ్చిన ఈ ప్రక్రియలో నేను కూడా భాగం పంచుకోవటంవల్ల, రెడ్ స్టీవెన్స్‌లోని గొప్పతనం ఎప్పుడూ నావెంటే ఉంటుందని కూడా అనిపించింది.

జేసన్ స్టీవెన్స్ వచ్చేశాడని మిస్ హేస్టింగ్స్ నాకు ఇంటర్‌కామ్‌లో తెలియజేసింది. వాళ్లిద్దర్నీ నేను కాన్ఫరెన్స్ గదిలో కలుసుకున్నాను. వాళ్లిద్దరి మనసుల్లోనూ, నా మనసులోలాగే రకరకాల భావాలు చోటు చేసుకుంటున్నాయని అనిపించింది.

మిస్ హేస్టింగ్స్ తనకి బాగా అలవాటైన పని, మా లాకర్‌లోంచి రెడ్ స్టీవెన్స్ వదిలి వెళ్లిన పెట్టెనీ, వీలునామానీ తీసుకురావటం చేసింది, వీడియోటేప్‌ని మా కాన్ఫరెన్స్ గదిలో మూలనున్న ప్లేయర్‌లో పెట్టింది.

తెరమీద రెడ్‌స్టీవెన్స్ కనబడ్డాడు. అతని గురించి నాకు బాగా తెలిసిఉండటం వల్ల అతను కూడా మాలాగే రకరకాల భావాలకి గురయాడని అనుకున్నాను.

రెడ్ మాట్లాడటం మొదలుపెట్టాడు, "జేసన్, నేను నీకోసం తయారుచేసిన అత్యుత్తమమైన కానుకని అందుకోటానికి చివరి మెట్టుకి చేరుకున్నందుకు నిన్ను అభినందిస్తున్నాను. పోయిన నెల ఒక రోజు అనే కానుక గురించి పాఠం నేర్చుకుని

ఇంతదాకా వచ్చావు, అని తెలుస్తూనే ఉంది. నీ జీవితంలో ఆఖరిరోజు కోసం నువ్వు ప్లాన్ చేసినదేమిట్లో నాకు తెలీదు. కానీ దాన్ని మిస్టర్ హామిల్టన్ ఆమోదించాడని తెలుస్తోంది. నువ్వు ఆరోజు కోసం ప్లాన్ చేసిన విషయాలు నేను చేసుకున్నలాంటివే అయుంటాయని అనుకుంటున్నాను - చాలా సరళమైన మామూలు విషయాలు.

"మనం జీవించాల్సిన పద్ధతిలో రోజులు వెళ్లదీస్తున్నప్పుడు అన్నీ క్రమపద్ధతిలో జరుగుతాయి. చివరి రోజున మాత్రం వాటిని మరోరకంగా మార్చాలని మనం అనుకోం. కానీ దయచేసి ఒక సంగతి గుర్తుంచుకో, మనలో ఎవరికీ కూడా చాలాకాలం బతుకుతామన్న హామీ ఎవరూ ఇవ్వరు. ఈరోజు తప్ప మనకి ఇంకెటువంటి హామీ కూడా దొరకదు.

"మరో విషయం, ఆలోచించి చూస్తే, ఇవాళ గాని, రేపుగాని నువ్వు చెయ్యదల్చుకున్న దానికి భిన్నంగా చివరిరోజున మాత్రం చేసే ప్రయత్నం ఫలించదు. అంటే ఆరోజు నువ్వు చేసే పనులు అంత ప్రత్యేకంగా ఉండవు. జీవితంలో మనం అనుభవించే విషాదాలు గొప్ప వైఫల్యాలవల్ల సృష్టించబడవు. చిన్న చిన్న సంతోషాలనీ, సానుభూతి చూపించే అవకాశాలనీ చేజార్చుకోవటం వల్లే అని ఏర్పడతాయి."

చీకటిగా ఉన్న ఆ కాన్ఫరెన్స్ గదిలో కూర్చుని తెరమీద రెడ్‌స్టీవెన్స్ మనసులో చెలరేగుతున్న భావోద్రేకాలనీ, మా ముగ్గురి మనసుల్లో కూడా అవే భావాలు తలెత్తటాన్నీ నేను అనుభూతి చెందగలిగాను.

అతను మళ్లీ మాట్లాడసాగాడు, "జేసన్, ఈ చివరి నెలలో నేను నీకు పరిచయం చెయ్యబోయే కానుక నేనిచ్చే అత్యుత్తమమైన కానుకలో ఒక భాగం. అంతేకాదు, ఇది మిగతా అన్ని కానుకలనీ తనలో ఇముడ్చుకుంటుంది, నువ్వు జీవితంలో చేసిన, ఇకముందు చెయ్యబోయే మంచి అంతా దీన్లోనే ఉంది. అదే ప్రేమ అనే కానుక.

"మంచి అనేది గౌరవమైనది, జీవితంలో కోరదగినది ఏదైనా సరే - ప్రేమ అనే పునాది. దానికి ఆధారం అవుతుంది. చెడు, దుర్మార్గం అనేవి ప్రేమరాహిత్యంతో నిండిన జీవితం తాలూకు అంశాలు. మన సమాజంలో ప్రేమ అనే పదాన్ని అరిగిపోయేంతగా వాడాం, పైగా తప్పు అర్థంతో కూడా ఉపయోగించాం. పనికిమాలిన విషయాలకీ, ప్రయత్నాలకీ ఆ పదాన్ని తగిలించాం. కానీ నేను చెప్పే ప్రేమ అనే కానుకలోని ప్రేమ అంతర్గతంగా ఉండే ప్రేమ, మంచితనం. మనం చేసే పనులన్నిటికీ కేంద్రంగా ఉండే ఒక ఉదాత్త భావం.

"ఈ ఏడాది పొడుగునా నువ్వు తెలుసుకున్న, అనుభవించిన మిగతా అన్ని కానుకల్లోనూ ప్రేమ ఒక భాగం కాబట్టి, ఇక రాబోయే ముప్ఫై రోజుల్లో, మిగతా అన్ని కానుకల్లోనూ ప్రేమ అంతర్భాగంగా ఎలా ఉందో నువ్వు తెలుసుకోవాలని కోరుకుంటున్నాను. నువ్వు కనుక్కున విషయాన్ని మిస్టర్ హామిల్టన్‌కి చెప్పాలని కూడా నిన్ను అడుగుతున్నాను.

"నీ ధోరణినీ; నువ్వు చేసే పనులనీ ఇంకా పరీక్షకి పెడతామని గుర్తుంచుకో. నువ్వు కనక వైఫల్యం పొందితే - పన్నెండో నెలలోనైనా సరే - నీకోసం నేను ప్లాన్ చేసిన అత్యుత్తమమైన కానుక నీకు అందదు. ఇది హెచ్చరిక, బెదిరింపు కాదు, కానీ నా పద్ధతిలో నిన్ను కొలిచే కొలమానం అత్యున్నతంగా ఉండాలని కోరుకోవటం, నేను నీ పట్ల చూపించగల అమితమైన ప్రేమకే నిదర్శనం."

రెడ్ స్టీవెన్స్ తెరమీదనించి మాయమయాడు, తెర మళ్లీ నల్లగా మారింది.

జేసన్ చాలాసేపు కదలకుండా కూర్చున్నాడు. అతనేదో దీర్ఘాలోచనలో ఉన్నాడని గ్రహించాను. చివరికి అందరం లేచి మౌనంగా కాన్ఫరెన్స్ గదిలోంచి బైటికి నడిచాం. రెడ్ స్టీవెన్స్ సంస్మరణ సభకి హాజరై వెళ్లిపోతున్నట్టు అనిపించింది మాకు. నా చిననాటి ప్రాణస్నేహితుడికి అదే సరైన నివాళి అని నేను అనుకున్నాను.

నెలాఖర్న మిస్ హేస్టింగ్స్ నా ఆఫీసులోకి జేసన్‌ని వెంటపెట్టుకొచ్చింది. ఎప్పుడూ కూర్చునే కుర్చీల్లో ఇద్దరూ కూర్చున్నారు. ఒకర్నొకరం పలకరించుకున్నాం. జేసన్ మనసులో ఎన్నో ఆలోచనలు సుళ్లు తరుగుతున్నాయని గ్రహించాను.

జేసన్ ఇలా మొదలుపెట్టాడు, "మిస్టర్ హామిల్టన్! మిస్ హేస్టింగ్స్! ఈ ఏడాదిగా జరుగుతూ వచ్చిన ఈ ప్రక్రియ నాకెలా అనిపించిందో మాటల్లో చెప్పలేను. నేనిప్పుడు ఏడాది కిందటి జేసన్‌ని కాను. చాలా విషయాల్లో నాకలా అనిపిస్తుంది. ఈరోజు నా పుట్టిన రోజు. మీరిద్దరూ ఈ ప్రయాణంలో భాగంగా ఉన్నందుకు ధన్యవాదాలు చెప్పాలనుకుంటున్నాను."

జేసన్ కళ్లు చెమర్చటం చూశాను, ఈ కాలంలో మిస్ హేస్టింగ్స్‌కి వచ్చే ఎలర్జీలు కూడా మళ్లీ కనిపించసాగాయి. నా గొంతు కూడా పూడుకుపోవటం నాకు తెలిసింది. జేసన్ గట్టిగా నిట్టూర్చి చెప్పటం మొదలెట్టాడు.

"ఈ ఏడాది మొదటి నెలలో, కుటుంబ సభ్యులందరిలా నాకు కూడా ఆస్తిలో భాగం దొరకనందుకు కోపం, ఉక్రోషం వచ్చాయి. పైగా ఒక పూర్తి ఏడాదిపాటు ఏదో పిచ్చి ప్లానుందని విన్నాక నా నిస్పృహ పెరిగిపోయింది. నా ఉద్దేశం, అప్పుడది పిచ్చిప్లానులా కనిపించింది. ఆ తరవాత టెక్సాస్‌లో గస్ కాల్డ్‌వెల్ దగ్గర పని అనే కానుక గురించి తెలుసుకున్నాను.

"గస్ కాల్డ్‌వెల్ కర్రలు పాతేందుకు నేలలో గుంటలు తవ్వమనీ, కంచె తయారు చెయ్యాలనీ చెప్పినప్పుడు నా దరిదాపుల్లో ప్రేమ అనే భావన లేదు. కానీ ఇప్పుడు వెనక్కి తిరిగి చూసుకుంటే, గస్ కాల్డ్‌వెల్‌కి మా తాతయ్య పట్ల విపరీతమైన ప్రేమ ఉండేదనీ, దాన్ని ఆయన నాకు అందించాడనీ అనిపిస్తుంది. పని అనే కానుక మా తాతయ్య నాకివ్వాలనుకున్నాడని తెలిసి, దాన్ని నేను క్షుణ్ణంగా నేర్చుకోవాలని కోరుకున్నాడాయన.

దాని వెనక నా పట్ల ఆయనకున్న ప్రేమే కారణం. ఒక పనిని చక్కగా చేసి ముగించటంలో కూడా ఒక రకమైన ప్రేమ ఉంటుందని నేను తెలుసుకున్నాను. రోజంతా కష్టపడి పనిచేసి, వంకరలు లేని తిన్నని బలమైన కంచెమీద సాయంకాలపు నీరెండ పడుతూ ఉంటే కొంచెం వెనక్కి నిలబడి దాన్ని చూస్తూంటే, ఈ లోకం ఎంతో సవ్యంగా ఉన్నట్టు అనిపిస్తుంది.

"డబ్బు అనే కానుక గురించి నేను తెలుసుకున్న నెలలో, డబ్బుని ప్రేమిస్తే జీవితం శూన్యంగా, బోలుగా కనిపిస్తుందని గ్రహించాను. కానీ మనుషులని ప్రేమించటం, డబ్బు ఉపయోగించటం ఎలాగో నేర్చుకున్నాక, అన్నీ మన దృష్టికి సరైన కోణంలో కనిపిస్తాయి.

"స్నేహితులు అనే కానుక గురించి నేర్చుకుంటున్నప్పుడు, నేనెప్పుడూ గ్రహించని ఒక కొత్త పద్ధతిలో ఇతరులని ప్రేమించవచ్చున్న సంగతి తెలిసింది. ఎప్పుడూ నా గురించే ఆలోచించుకుంటూ ఉంటే, చివరకు నిరాశే మిగులుతుంది. కానీ అవతలి వాళ్ల గురించీ, వాళ్ల మంచి చెడ్డల గురించీ ఆలోచించినప్పుడు, నాకూ వాళ్లకీ కూడా అన్నీ సవ్యంగా అమరుతాయి.

"నేర్చుకోవటం అనే కానుక గురించి తెలుసుకునే తరుణంలో, భౌతిక జీవితానికి కావలసిన వస్తువులు లేనివాళ్లు, కానీ నేర్చుకోవటం గురించి అమితమైన ప్రేమా, ఉత్సాహం ఉన్నవాళ్లూ, నిజమైన ధనవంతులని గ్రహించాను. జ్ఞానాన్ని సంపాదించాలన్న దాహం నా జీవితంలోకి వచ్చింది. నేనంత స్వార్థపరుడిగా ఉండేవాడిననీ, యుగయుగాలుగా వస్తున్న వివేకాన్ని పట్టించుకోకుండా, నన్ను నేనే నాశనం చేసుకునే మార్గాన వెళ్లిపోతూ ఉండే వాడిననీ నమ్మలేకపోతున్నాను.

"సమస్యలు అనే కానుక, అడ్డంకులు మనకి ఎదురయే సవాళ్లే తప్ప ఇంకేమీ కాదని నేర్పింది. ఏడాది క్రితం సమస్యలంటే చాలా చెడ్డవని అనుకునేవాణ్ణి, వాటితో పోరాడాలనీ, మరీ మాట్లాడితే పట్టించుకోకూడదనీ అనిపించేంది. కానీ ప్రేమ అనే స్ఫూర్తితో సమస్యలని చూసినప్పుడే, ఈ ప్రపంచమే ఒక అద్భుతమైన సృష్టి అనేది అర్థమవుతుంది. మీకు పాఠం నేర్పేందుకే, మిమ్మల్ని మెరుగైన వ్యక్తిగా తీర్చిదిద్దేందుకే మీ జీవితంలో సమస్య ప్రవేశించింది అనేది అర్థమవుతుంది.

"కుటుంబం అనే కానుక వల్ల ప్రేమ ఉన్నచోటే కుటుంబాలు ఉంటాయని తెలుసుకున్నాను. తమ సంబంధాలలో ప్రేమ నింపుకున్నప్పుడే మనుషులు కుటుంబాలుగా రూపుదాల్చుతారు. ప్రేమ లేనట్టయితే, ఒకే వంశవృక్షానికి చెందిన సమూహాన్నే కుటుంబం అంటాం.

"నవ్వు అనే కానుక, జీవితాన్ని ప్రేమించాలంటే దాన్ని ఆనందంగా గడపాలని నేర్పింది. మంచి విషయాలకీ, చెడు విషయాలకీ నవ్వినప్పుడే జీవితం అందించే ప్రేమ నిజంగా అనుభవానికి వస్తుంది.

"ఇక కలలు అనే కానుకని వెతుక్కునే నెలలో, మన చుట్టూ ఉన్నవాటిని అన్నిటినీ ప్రేమభావంతో చూసేందుకే మనకీ జీవితం లభించిందని అర్థం చేసుకున్నాను. మనం అంతర్గతంగా అనుభవించే ప్రేమే మన ఆకాంక్షలు, కలలు, లక్ష్యాల రూపంలో అభివ్యక్తీకరించబడుతుంది.

"ఇవ్వటం అనే కానుకని అనుభవించటానికి ముందు, మనం ఏదైనా ఇచ్చేస్తే అది. అవతలి వ్యక్తికి సొంతం అయిపోతుందనీ, మునుపు ఉన్న వస్తువుల్లో మన దగ్గర ఒకటి తగ్గిపోతుందనీ, అనుకునేవాణ్ణి. కానీ నిజం ఏమిటంటే, ప్రేమతో ఏదైనా ఇచ్చినప్పుడు, ఇచ్చేవాడూ, పుచ్చుకునేవాడూ ఇద్దరూ కూడా మునుపటికన్నా ఎక్కువే సంపాదించుకుంటారు.

"కృతజ్ఞత అనే కానుక నాకు తెలియజేసిందేమిటంటే, మనం ప్రేమని నిజంగా అనుభవించాలనుకుంటే, మనకి లభించిన అద్భుతమైన వస్తువులనీ, విషయాలనీ గుర్తు చేసుకుని, వాటిలో ఆనందాన్ని చవిచూడాలి."

"చివరిగా, ఒకరోజు అనే కానుక విషయంలో, నాకు ఇంక ఇరవై నాలుగ్గంటలే జీవించి ఉంటానని తెలిస్తే, వీలైనంత ఎక్కువ ప్రేమని అనుభవిస్తాననీ, వీలైనంత ఎక్కువ ప్రేమని పంచుతాననీ, తెలిసింది."

జేసన్ ఆగి గొంతు సవరించుకున్నాడు. అతను ప్రేమ అనే కానుకని చక్కగా అర్థం చేసుకున్నాడని నేను అభినందించబోయేంతలో అతను మళ్లీ మాట్లాడటం మొదలుపెట్టాడు.

"నిజంగా ప్రేమ అనే కానుక గురించి స్పష్టంగా అర్థమయ్యే మాటల్లో చెప్పే ప్రయత్నం చేశానంటే, ఈ ఏడాది కాలంలో రెడ్ తాతయ్య నాకోసం చేసినదీ, నాకు ఇచ్చినదీ ఉదాహరణగా చెప్పాలి. మనం ఇంకొకర్ని నిజంగా ప్రేమించినప్పుడు, అది మనని మరో వ్యక్తిగా మార్చేస్తుంది, ప్రేమించిన వ్యక్తి కూడా మారిపోతాడు.

"మా రెడ్ తాతయ్య నాకిచ్చిన అత్యుత్తమమైన కానుక శాశ్వతంగా నన్ను మార్చేసి, మరో మనిషిగా తయారు చేసింది."

జేసన్ లేచి నిలబడి మిస్ హేస్టింగ్స్‌ని కావలించుకున్నాడు. బల్లకి అటు వైపు ఉన్న నా దగ్గరకి వచ్చి నన్ను కూడా కావలించుకున్నాడు. మా ఇద్దరికీ, మేం చేసిన సహాయానికి ధన్యవాదాలు తెలిపి, భవిష్యత్తులో కూడా మాతో సంబంధం కొనసాగించాలనుకుంటున్నానని అన్నాడు.

జేసన్ తలుపు గడియమీద చెయ్యి వెయ్యగానే నేనతన్ని ఆపి, "ఒక్క నిమిషం, జేసన్. ఈ అత్యుత్తమైన కానుకని చేరుకునేందుకు నీకు తెలీని మరో మెట్టు ఉంది," అన్నాను.

అత్యుత్తమమైన కానుక

చివరిగా, సంపూర్ణంగా జీవించిన జీవితం
దానికి అదే ఒక అత్యుత్తమమైన కానుక.

అధ్యాయం పదిహేను

జేసన్ మొహంలో విస్మయం కనబడింది. అతను నావైపు తిరుగుతూ, "మీరనేది నాకేమీ అర్థం కావటంలేదు, మిస్టర్ హామిల్టన్. రెడ్ తాతయ్య చెప్పిన పన్నెండు కానుకలనీ మనం తెలుసుకున్నాం, ఈ నెలే ఆఖరిది అని ఆయన అన్నాడు," అన్నాడు.

"రెడ్ స్టీవెన్స్ లాయరుగా, ఆయన వీలునామా ప్రకారం పనులు జరిగేట్టు చూసే వ్యక్తిగా, నేను నీకొక విషయం చెప్పాలి. ఆయన వీలునామాలో ఇంకొక్క ఆదేశం కూడా ఉంది. మిగతా అన్నీ సవ్యంగా ఉంటేనే దాన్ని నీకు అందించమని ఆయన ఆదేశించాడు. ఆ షరతులన్నీ పాటించటమే కాదు, నువ్వు వాటిని అధిగమించే స్థితికి చేరుకున్నావని ఒక మధ్యవర్తిగా నేను చెప్పగలను."

జేసన్ ఆశ్చర్యం ఇంకా తగ్గలేదు. "నాకు నిజంగానే మీరంటున్నదేమిటో అర్థం కావటం లేదు. నేను అనుకున్నది...."

మిస్ హేస్టింగ్స్ మధ్యలో కల్పించుకుని, "నువ్వు అన్నీ చేసేశానని అనుకుంటున్నావని నాకర్థమైంది. కానీ ఇంకొక్క మెట్టు ఉండిపోయింది. కాన్ఫరెన్స్ గదిలోకి నావెంట వచ్చావంటే అంతా తేటతెల్లమవుతుందని నా నమ్మకం," అంది.

మేం కాన్ఫరెన్స్ గదిలోకి వెళ్లాం. కొద్ది క్షణాల తరవాత రెడ్ స్టీవెన్స్ మళ్లీ టీవీ తెరమీద ప్రత్యక్షమై మాతో మాట్లాడటం మొదలుపెట్టాడు.

"జేసన్, నేను నిన్ను చూసి ఎంత గర్వపడుతున్నానో నీకు చెప్పాలనుంది. నేను నీకోసం తయారు చేసిన అత్యుత్తమమైన కానుక తాలూకు ఒక్కొక్క అంశాన్నీ పూర్తిచేసి, అంచెలంచెలుగా దాన్ని అందుకుంటూ వచ్చావు. ఈ పన్నెండు కానుకలనీ నీలాగ చిన్న వయసులోనే నేను కూడా సంపాదించుకుని ఉంటే బావుండేది కదా అని యిప్పుడు అనుకుంటున్నాను. ఇక ప్రస్తుతం నీకు అత్యుత్తమైన కానుక దొరికింది కాబట్టి అది అందించే ఆనందాన్ని అనుభవించే అర్హత సంపాదించుకోవటమే కాక, ప్రతీ కానుకనీ

సమతూకంగా అనుభవిస్తూ నీ జీవితాన్ని సంపూర్ణంగా గడిపే బాధ్యతని కూడా నువ్వు నిర్వహించవలసి ఉంది. అంతే కాదు, నీకు ఎప్పుడు వీలైతే అప్పుడు, ఈ అత్యుత్తమమైన కానుకని ఇంకొకరికి అందజేసే బాధ్యత కూడా నీమీదే పెడుతున్నాను.

"నీ జీవితంలో జరగబోయే అద్భుతాలని చూసేందుకు నేను కూడా నీవెంట ఉండగలిగితే ఎంత బావుణ్ణు అనిపిస్తోంది, కానీ ఏదో ఒక రకంగా నేను నీవెంట ఉంటానేమో అని కూడా అనిపిస్తోంది.

"జేసన్, జీవితంలో నేను ఎన్నో పనులు చేశాను. కానీ వాటన్నిటిలోకి మంచిపని ఈ అత్యుత్తమమైన కానుకని నీకు అందివ్వటమే. దయచేసి నన్ను నిరాశపరచద్దు. ఈ కానుక పెరిగి ఫలితాలని ఇచ్చేట్టు చెయ్యి. నీకు దొరికిన అత్యుత్తమమైన కానుకకి నీ జీవితం ఒక కొనసాగింపు కానియ్యి. ఇవన్నీ చేసినట్టయితే నువ్వు, నీ పద్ధతిలో నాకు అత్యుత్తమమైన కానుకని ఇచ్చావని అనుకుంటాను."

తెరమీంచి రెడ్ స్టీవెన్స్, బహుశా ఆఖరిసారి మాయమయాడు.

లైట్లు వెలగ్గానే జేసన్ ఒక్క ఉదుటున లేచి నిలబడి, మొహంలో ఆత్మవిశ్వాసం తొణికిసలాడుతూండగా, "నేనీ పని చేస్తాను! అత్యుత్తమమైన కానుకలోని ప్రతి అంశాన్నీ ఉపయోగించుకుంటాను. ఏడాది క్రితం నేను బాధపడ్డట్టే, లేమితో బాధ పడేవాళ్ళకి దీన్ని అందిస్తాను. తమ దగ్గర ఇంతకు మునుపే ఉన్న గొప్ప కానుకల గురించి తెలియజెప్పటమే, ఒకరికి ఎవరైనా ఇవ్వగల అత్యుత్తమమైన కానుక అనే విషయం నాకు బొత్తిగా తెలీలేదు," అన్నాడు.

మళ్ళీ ఒకసారి జేసన్ గుమ్మంవైపు నడిచాడు. నేనతన్ని ఆపి, "ఇంతకుముందు బైటికెళ్ళేందుకు ఎవరూ ఇంత హడావిడి పడటం నేను చూడలేదు," అన్నాను.

జేసన్ వెనక్కి తిరిగి, "క్షమించండి, మిస్టర్ హామిల్టన్. నేను..." అన్నాడు. అతని మొహంలో ఆశ్చర్యం ఇంకా అలాగే ఉంది.

నేనతని మాటకి అడ్డొచ్చి, "మన పని పూర్తయిందని అనుకున్నావని నాకు తెలుసు. ఒక్కసారి మళ్ళీ ఇలా వచ్చి కూర్చో. రెడ్ స్టీవెన్స్ ఆఖరి వీలునామా గురించి నా చివరి బాధ్యత ఇంకా ఉండిపోయింది. దాన్ని పూర్తి చెయ్యాలి," అన్నాను.

మిస్ హేస్టింగ్ ఆ లావాటి కాయితాల దొంతిని అందించింది. నేను సరైన పేజీ తిప్పి, జేబులోంచి కళ్ళద్దాలు తీసుకుంటూండగా జేసన్ "నేను అనుకున్నది... " అంటూ మధ్యలో అడ్డుపడ్డాడు.

అతన్ని సరదాగా కోప్పడుతూ, "పని అప్పగించిన లాయరుకి ఎప్పుడూ అడ్డు రాకూడదు, బాబూ! ముఖ్యంగా అతను తన చివరి భాద్యత పూర్తి చేసే ప్రయత్నంలో ఉన్నప్పుడు," అన్నాను.

మిస్ హేస్టింగ్స్ నవ్వి, "ఆ లాయరు ఎనభై ఏళ్ల వాడైతే, మరీనూ!" అంది.

మేమందరం ఒకేసారి నవ్వాం. అప్పుడు ఆ పత్రాన్ని నేను చదివాను, "నా మనవడు, జేసన్ స్టీవెన్స్ కి, నా చారిటబుల్ ట్రస్ట్ నిధులని అప్పగిస్తున్నాను. ప్రస్తుతం వాటివిలువ ఒక బిలియను డాలర్లకన్నా హెచ్చుగా ఉంది. జీవితంలోని ప్రతి పార్శ్వంలోనూ నా మనవడు బాధ్యతతోనూ, సామర్థ్యంతోనూ నడుచుకున్నాడు. అందుకే ఈ నిధులని అతని పరం చేస్తున్నాను. రెడ్ స్టీవెన్స్ బాలల వసతి గృహం కోసం వాడబడాలి. రెడ్ స్టీవెన్స్ గ్రంథాలయానికీ, మరెన్నో స్కాలర్‌షిప్‌లకీ, ఆస్పత్రులకీ, ఇంకా ఎన్నో అర్హతగల సంస్థలకీ ఈ నిధులనుంచి లభించే ధనాన్నే ఉపయోగించాల్సి ఉంటుంది.

"అత్యుత్తమమైన కానుకని అందుకునేందుకు తగిన వివేకాన్నీ, అనుభవాన్నీ సంతరించుకున్న జేసన్‌కి నేను చెప్పేది, వాటిని ఉపయోగించి పైన చెప్పిన ప్రణాళికలనే కాక, తను సొంతంగా నిర్ణయించి అర్హతగలవి అనుకున్న మరే ప్రణాళికలకైనా ఈ ధనాన్ని వాడుకోమని."

జేసన్ కొయ్యబారిపోయినట్టు కుర్చీలో వెనక్కి ఆనుకుని కూర్చున్నాడు. మాట్లాడటానికి ఎన్నో సార్లు ప్రయత్నించి, విఫలమయాక, "వీటన్నిటికీ నేనే బాధ్యత వహించాలనా అంటున్నారు?" అన్నాడు.

నేను ఒక లాయరు గొంతుతో, "ఈ పత్రాన్ని చదివితే అలాగే అనిపిస్తోంది. వీటన్నిటికే కాక, నువ్వు ముఖ్యమనుకునేవి ఇంకేమైనా ఉంటే, వాటికి కూడా నువ్వే బాధ్యత వహించాలి. అది నీ హక్కు", అన్నాను మొహంలో ఏ భావమూ కనబడనీయకుండా.

జేసన్ మొహం వెలిగిపోయింది. చిరునవ్వుతో మొహం వికసించింది. మా ఇద్దరివైపూ మార్చిమార్చి చూస్తూ, "ఈ చారిటబుల్ ట్రస్ట్ డబ్బులో కొంత భాగాన్ని, ఈ అత్యుత్తమమైన కానుకని ప్రపంచమంతటా విస్తరింపజేయటానికి వాడుకోవచ్చు," అన్నాడు.

"నేను తప్పుగా అర్థం చేసుకోలేదనుకుంటా. అసలు మొదట్నించీ రెడ్ స్టీవెన్స్ మనసులో ఉన్న కోరిక కూడా అదే," అంది మిస్ హేస్టింగ్స్.

జేసన్ మళ్లీ మా ఇద్దర్నీ కావలించుకుని, మళ్లీ మళ్లీ ధన్యవాదాలు తెలిపి వెళ్లిపోయాడు.

మిస్ హేస్టింగ్స్, నేనూ కాన్ఫరెన్స్ బల్ల దగ్గర మళ్లీ కూలబడ్డాం. సాధించిన విజయం తాలూకు ఆనందాన్ని అనుభవించసాగాం. ఒక ఏడాదిలో జేసన్‌లో వచ్చిన అద్భుతమైన మార్పు మాకు ఎంతో సంతోషాన్ని కలగజేసింది.

చివరికి, ఎప్పుడూ అప్రమత్తంగా ఉండే మిస్ హేస్టింగ్స్, తను ఆరోజు చెయ్యవలసిన బోలెడన్ని పనులని పూర్తి చేసేందుకు కాన్ఫరెన్స్ గదిలోంచి బైటికి వెళ్లిపోయింది. అక్కడ

నేనొక్కణ్ణే మిగిలాను. వీడియోటేప్‌ని మళ్లీ ఒకసారి రీవైండ్ చేసి, రెడ్ స్టీవెన్స్ ఆఖరి సందేశాన్ని మళ్లీ ఒకసారి వినాలన్న ఆశని చంపుకోలేకపోయాను.

టేపు అయిపోయాక నల్లగా ఉన్న తెరతో, "సరే నేస్తమా! ఇక మనిద్దరం విడిపోయే సమయం వచ్చింది. అత్యుత్తమమైన కానుక విషయంలో నాకు కూడా ఒక పాత్ర ఇచ్చినందుకు ఎంత కృతజ్ఞతా భావంతో ఉన్నానో నీకు చెప్పగలిగితే బావుణ్ణనిపిస్తోంది. ఇంకా జేసన్ చేసిన అద్భుతమైన పనుల గురించీ, చెయ్యబోయే అద్భుతమైన పనులగురించీ కూడా చెప్పాలనిపిస్తోంది," అన్నాను.

నేను కాన్ఫరెన్స్ గదిలోంచి బైటికి నడుస్తూ, ఆ విషయాలన్నీ తన పద్ధతిలో రెడ్ గ్రహించాడనీ, జేసన్ జీవితాన్నీ, అతను ఆ అత్యుత్తమమైన కానుకని మరొకరికి అందించటం నాతో కలిసి రెడ్ కూడా చూస్తాడనీ అర్థం చేసుకున్నాను.

రచయిత గురించి

చూపు కరువైనప్పటికీ జిమ్‌స్టోవాల్ ఒలింపిక్స్ వెయిట్ లిఫ్టింగ్‌లో జాతీయ స్థాయిలో చాంపియన్ అనిపించుకున్నాడు. అతనొక మంచి మదుపరిగా, వ్యాపారవేత్తగా కూడా పేరు తెచ్చుకున్నాడు. అతను నెరేటివ్ టెలివిజన్ నెట్‌వర్క్‌కి సహ-సంస్థాపకుడు, అధ్యక్షుడు. ఈ నెట్‌వర్క్ టెలివిజన్ దేశవ్యాప్తంగా 13 మిలియన్ల అంధులకీ, చూపు సరిగ్గా లేని వారికీ, వారి కుటుంబాలకీ, సినిమాలనీ, టీవీ కార్యక్రమాలనీ అందుబాటులోకి తెస్తుంది. మొదట వాటిని అంధులకోసం, చూపు మందగించిన వారికోసం మాత్రమే తయారు చేసినప్పటికీ, నెరేటివ్ టెలివిజన్ నెట్‌వర్క్‌ని 60% కన్నా ఎక్కువమంది చక్కగా చూడగలవాళ్లు కూడా చూసి ఆనందిస్తుంటారు.

నెట్‌వర్క్ టాక్ షో 'ఎన్‌టిఎన్ షోకేస్' ని జిమ్ స్టోవాల్ నిర్వహిస్తాడు. అతను ఇంటర్వ్యూ చేసిన వాళ్లలో కేథరిన్ హెప్‌బర్న్, జాక్ లెమన్, కారొల్ చానింగ్, స్టీవ్ అలెన్, ఎడ్డీ ఆల్బర్ట్ మొదలైన ఎందరో ప్రసిద్ధులు ఉన్నారు. నెరేటివ్ టెలివిజన్ నెట్‌వర్క్‌కి ఎమ్మీ అవార్డు అంతర్జాతీయ ఫిలిమ్, వీడియో అవార్డులు లభించాయి. అంతేకాక పరిశ్రమలో ఎన్నో గౌరవ సత్కారాలు లభించాయి.

ఎన్‌టిఎన్ 1,200 కేబుల్ వ్యవస్థలనీ ప్రసార కేంద్రాలనీ తనలో ఇముడ్చుకునే స్థాయికి ఎదిగింది. అమెరికాలో 35 మిలియన్ల ఇళ్లకి పైగా అది చేరుతోంది. అంతేకాక, ఎన్‌టిఎన్ పదకొండు విదేశాల్లో కూడా ప్రసారం అవుతోంది. నెరేటివ్ టీవీ డాట్‌కామ్ ద్వారా ఇంటర్నెట్‌లో కూడా ఎన్‌టిఎన్ కార్యక్రమాలు అందుబాటులో ఉన్నాయి. ప్రపంచవ్యాప్తంగా కొన్ని లక్షలమందికి ఇది తన సేవల్ని అందిస్తోంది.

యు.ఎస్. జూనియర్ చాంబర్ ఆఫ్ కామర్స్ 'అద్భుత విజయాలని సాధించిన పదిమంది యువకుల్లో' ఒకడిగా జిమ్ స్టోవాల్‌ని ఎంచుకున్నప్పుడు అతను వాల్ట్ డిస్నీ, ఆర్సన్ వెల్స్ యింకా నలుగురు అమెరికా అత్యధికుల సరసన చేరాడు. "గుడ్ మార్నింగ్ అమెరికా," సీఎన్ఎన్ లలో అతను పాల్గొన్నాడు, రీడర్స్ డైజెస్ట్, టీవీ గైడ్, టైమ్ మాగజైన్ మొదలైన వాటిలో అతనిమీద వ్యాసాలు ప్రచురించబడ్డాయి. ఇంతక్రితం కొన్ని పుస్తకాలు రాశాడు. అవి, యూ డోంట్ హేవ్ టు బి బ్లయిండ్ టు సీ (చూసేందుకు మీరు అంధులై ఉండక్కర్లేదు), సక్సెస్ సీక్రెట్స్ ఆఫ్ సూపర్ అచీవర్స్ (అద్భుత విజయాలని సాధించేవారి విజయ రహస్యాలు), ద వే ఐ సీ ద వర్ల్డ్ (ఈ ప్రపంచాన్ని నేను చూసే విధానం), వాటితో బాటు ఈ కొత్త పుస్తకం, ద అల్టిమేట్ గిఫ్ట్ (అత్యుత్తమమైన కానుక) సమానావకాశాలకి ప్రెసిడెంట్ ఏర్పాటు చేసిన కమిటీ, 1997 లో జిమ్ సోవాల్‌ని 'ఆ సంవత్సరపు పారిశ్రామిక వేత్త' ఎంపిక చేసింది. 2000, జూన్‌లో ఇంటర్నేషనల్ హ్యూమనిటేరియన్ అవార్డ్ (అంతర్జాతీయ మానవహిత పురస్కారం) అందుకున్నప్పుడు, జిమ్ స్టోవాల్ పేరు, మాజీ అధ్యక్షుడు జిమీ కార్టర్, మాజీ అధ్యక్షుడి భార్య నాన్సీ రీగన్, మదర్ థెరీసా వంటి ప్రసిద్ధుల పేర్ల సరసన చేర్చబడింది.

www.ingramcontent.com/pod-product-compliance
Lightning Source LLC
LaVergne TN
LVHW041042150826
845672LV00001B/433

* 9 7 8 8 1 8 3 2 2 3 3 3 1 *